മിഠായി മാന്ത്രികം

Midayi Manthrikam
Childrens Literature

Sapthapuram Appukkuttan

CHINTHA PUBLISHERS
Thiruvananthapuram

First Edition
April 2022

Second Impression
August 2022

Published
Chintha Publishers, Thiruvananthapuram

Typesetting
Sreebhadra, Thiruvananthapuram

Cover Design & Illustration
Subin Abraham

ISBN : 978-93-93468-71-0

CO - 3080 / 6144

₹ 180

Email: chinthapublishers@gmail.com
Website: www.chinthapublishers.com

A version is available at National Libraries
Kolkata, Mumbai, Chennai and Delhi

Distribution
DESHABHIMANI BOOKHOUSE
H O Thiruvananthapuram 695035

Branch
Head Office Kunnukuzhi • Statue Thiruvananthapuram
KSRTC Bus Terminal Thampanoor • Saphalyam Complex Thiruvananthapuram
KSRTC Bus Station Alappuzha • KSRTC Bus Station Ernakulam
Machingal Lane Thrissur • IG Road Kozhikode
Mavoor Road Kozhikode • NGO Union Building Kannur
Central Bus Terminal Complex Thavakkara Kannur

മിഠായി മാന്ത്രികം

സപ്തപുരം അപ്പുക്കുട്ടൻ

ചിന്ത പബ്ലിഷേഴ്സ്
തിരുവനന്തപുരം-695 035
വില : ₹ 180

സപ്തപുരം അപ്പുക്കുട്ടൻ

തിരുവനന്തപുരം ജില്ലയിൽ നെടുമങ്ങാട്, ചെല്ലഞ്ചി ഗ്രാമത്തിൽ ജനിച്ചു. പരേതരായ പി പരമേശ്വരൻ നായരും എൻ പരമേശ്വരി അമ്മയും മാതാപിതാക്കൾ.

സമ്പൂർണ്ണസാക്ഷരതാ യജ്ഞത്തിൽ ജില്ലാ റിസോഴ്സ് പേഴ്സൺ ആയിരുന്നു. എസ് എസ് എ യുടെ വായന ശില്പശാലയിൽ പലതവണ തിരുവനന്തപുരം ജില്ലയെ പ്രതിനിധീകരിച്ചു. സമഗ്ര ശിക്ഷാ അഭിയാൻ റേഡിയോ പരിപാടി 'രസക്കുട്ടി'ന്റെ സ്ക്രിപ്റ്റ് റൈറ്ററാണ്.

ബാലസാഹിത്യ രചനകളായ *മുക്കണ്ണൻ തേങ്ങയും മൂവാണ്ടൻ മാങ്ങയും* (കവിതകൾ), *കീരീ കീരീ കിണ്ണം താ*, *കടങ്കഥ കൊണ്ടൊരു കളിവീട്* (നോവൽ) ഇവ പുറത്തിറങ്ങി. മുക്കണ്ണൻ തേങ്ങയും മൂവാണ്ടൻ മാങ്ങയും ലൈബ്രറി കൗൺസിൽ വായനാ മത്സരത്തിന് തിരഞ്ഞെടുക്കുകയുണ്ടായി. മുപ്പതു വർഷത്തോളം പ്രൈമറി അദ്ധ്യാപകനായി വിവിധ ഗവൺമെന്റ് സ്കൂളുകളിൽ ജോലി ചെയ്തു.

ഭാര്യ	:	യമുന
മക്കൾ	:	ഹേമന്ത്, ശിശിര
വിലാസം	:	ഹരിശ്രീ വെള്ളാഞ്ചിറ
		പനവൂർ പി ഒ, തിരുവനന്തപുരം, 695568
ഫോൺ	:	9447492295

ഉള്ളടക്കം

പ്രസാധകക്കുറിപ്പ്

അതീവ രസകരമായ കഥകളിലൂടെ കുട്ടികളെ ആനന്ദിപ്പിക്കുക, ഒപ്പംതന്നെ അറിവിന്റെ പുതിയ പാഠങ്ങൾ പകർന്നു നല്കുക എന്ന ദൗത്യമാണ് ബാലസാഹിത്യ രചനകൾക്ക് ഉള്ളത്. ഇത്തരമൊരു ദൗത്യത്തെ തികഞ്ഞ ആത്മാർത്ഥതയോടെ ഏറ്റെടുത്ത രചയിതാവാണ് സപ്തപുരം അപ്പുക്കുട്ടൻ. സ്കൂളിലെ അദ്ധ്യാപന പരിചയവും കുട്ടികളുമായുള്ള സൗഹൃദങ്ങളുമെല്ലാം ചേർന്നാണ് *മിഠായി മാന്ത്രിക*ത്തിന്റെ അടിസ്ഥാന പശ്ചാത്തലം ഒരുക്കിയിരിക്കുന്നത്.

പരസ്പരം സ്നേഹിക്കുക, സഹായിക്കുക, സഹജീവികളോട് കരുണ കാണിക്കുക, അറിവുകൾ പരസ്പരം പങ്കുവയ്ക്കുക തുടങ്ങിയവയാണ് ഈ കഥാസമാഹാരത്തിന്റെ അടിത്തറ. രസകരമായ ആഖ്യാനശൈലി ഓരോ കഥയെയും ആകർഷകമാക്കുന്നു. വായനയുടെ പുതിയ ലോകങ്ങൾ തേടുന്ന ഓരോ വിദ്യാർത്ഥിക്കുമായി മിഠായി മാന്ത്രികം അവതരിപ്പിക്കുന്നു.

ചിന്ത പബ്ലിഷേഴ്സ്

അക്ഷരത്തുമ്പികൾ;
ആകാശ വിസ്മയങ്ങൾ....

എഴുത്തിന് കരുത്താവുന്നതും ഭാവനയ്ക്ക് ചിറക് തരുന്നതും കുഞ്ഞുന്നാളിലെ വിസ്മയങ്ങളും, ജീവിതയാത്രയിൽ ഒപ്പം കൂടിയ കുരുന്നുകളുമാണ്.

കുഗ്രാമത്തിൽ ജനിച്ച് ഗ്രാമപാഠാലയങ്ങളിൽ (കോളേജിൽ) പഠിച്ച് നടന്ന ബാല്യ കൗമാരയൗവന കാലം. കുട്ടികൾക്കൊപ്പം മുന്നിലും പിന്നിലും കൂട്ടം ചേർന്നും സഞ്ചരിച്ച സന്തുഷ്ടി തരുന്ന സേവനകാലം. അദ്ധ്യാപകനെന്ന നിലയിൽ ഏതാണ്ട് മൂന്ന് ദശാബ്ദം ഇടർച്ചയില്ലാത്ത സഞ്ചാരം. ഇതിനെല്ലാം കൈവന്ന പാദബലവും മനോബലവും മനസ്സിനെ ഉന്മേഷമുള്ളതാക്കുന്നു.

നാനാവർണ്ണങ്ങൾ മേളിക്കുന്ന പൂന്തോപ്പുപോലെ, ചാരുതയാർന്ന ശലഭങ്ങൾപോലെ മനസ്സ് ചാഞ്ചാടുന്നു. അക്ഷരത്തുമ്പികളെ ലാളനയോടെ വശത്താക്കിയും അവ നുകർന്ന തേൻ പകർന്നും കുട്ടിക്കൂട്ടം കൈയടക്കിയ വിജ്ഞാന കൗതുകങ്ങൾ. ഇതിനിടെ കൗശലപൂർവ്വം കടന്നുവന്ന എഴുത്തിന്റെ മിന്നലാട്ടങ്ങൾ!

ശാസ്ത്രത്തിന്റെ വിസ്മയം, ഭ്രമാത്മകതയുടെ പകർന്നാട്ടം, കല്പനയുടെ സമൃദ്ധി, ഇവയെല്ലാം ഇതിൽ കടന്നുവരും.

കുട്ടിക്കൂട്ടുകാർക്കായി, ശ്രദ്ധയോടെ തയ്യാറാക്കിയ *മാന്ത്രി കമ്പിളായി* നുണഞ്ഞു നോക്കുക. ബാല്യം മധുരമുള്ളതായിത്തീരട്ടെ എന്നാശംസിച്ചുകൊണ്ട് ഈ പുസ്തകം സമർപ്പിക്കുന്നു.

സ്നേഹപൂർവ്വം
സപ്തപുരം അപ്പുക്കുട്ടൻ

പുഴുവും പൂമ്പാറ്റയും

അനു അന്ന് നേരത്തെ ഉണർന്നു. അരളിയിൽ അഞ്ചു മൊട്ടുകൾ വരെ എണ്ണി വച്ചിട്ടാണ് ഇന്നലെ ഉറങ്ങാൻ കിടന്നത്. അമ്മ ഉണരുംമുമ്പേ ഉണർന്ന അവൾ അരളിച്ചുവട്ടിലാണ് നേരെ പോയത്. അരുമകളായ പൂമൊട്ടുകൾ കുറേക്കൂടി വിടർന്നിരിക്കുന്നു. അലിവോടെ വെള്ളമൊഴിച്ചതിന്റെ പ്രതിഫലം. അവൾക്ക് അത്യധികം സന്തോഷമായി. വീടിനകത്ത് നിന്ന് അമ്മ ഇതെല്ലാം നോക്കുന്നുണ്ടായിരുന്നു. അച്ഛനെയും വിളിച്ചുണർത്തി. അവരിരുവരും ജനാലയിലൂടെ നോക്കി. അവളുടെ സന്തോഷം അവർക്കും അനുഭവപ്പെട്ടു.

അനുവിനൊരു സംശയം. രാവിലെ കാണുന്നതിനേക്കാൾ കൂടുതൽ ഇപ്പോൾ അവ വിടർന്നിട്ടുണ്ടോ? അപ്പപ്പോൾ അത് തനിക്ക് കാണാനും കഴിയുന്നില്ല 'പൂ വിരിയുന്നതെന്താണ് കാണാൻ കഴിയാത്തത്?' അധികം അമാന്തിച്ചില്ല. അവൾ ഫോണെടുത്തു. ആൻസി ടീച്ചറെ വിളിച്ചു ചോദിക്കുക തന്നെ. അനുവിന്റെ അടുത്ത പ്രവർത്തനം അവളുടെ ടീച്ചറെ വിളിച്ചെന്തോ ചോദിക്കാൻ വേണ്ടിയാണെന്ന് അച്ഛനമ്മമാർക്ക് മനസ്സിലായി. അനു ചോദിച്ചു. "ടീച്ചർ അഞ്ച് മൊട്ടുകൾ വിരിഞ്ഞു. ഒന്നും എനിക്ക് നേരിട്ട് കാണാൻ കഴിഞ്ഞില്ല, അപ്പോൾ പൂ

വിരിയുന്നത് ഞാൻ എങ്ങനെയാണ് അറിയുക?" അന്നട്ടീച്ചർ കുഴങ്ങി. അവർ ഇതുവരെ നിരീക്ഷിച്ചിട്ടില്ലാത്ത കാര്യത്തിലാണ് അവളുടെ കണ്ണുകളും മനസ്സും തിരിഞ്ഞിരിക്കുന്നത്. കുഞ്ഞുണ്ണിമാഷിന്റെ വരികൾ അച്ഛൻ ചൊല്ലിക്കൊടുത്തത് അനു ഓർത്തു. അതിങ്ങനെ.

"പൂവിരിയുന്നത് കണ്ടിട്ടില്ല
വിരിഞ്ഞ പൂവേ കണ്ടിട്ടുള്ളൂ."

അതവൾക്ക് ആശ്വാസമായി തോന്നിയെങ്കിലും പൂവിരിയുന്നതു കാണണമെന്നു തന്നെ അവൾ ആശിച്ചു. അടുത്തെത്തി അവയുടെ സുഗന്ധം പരന്നു തുടങ്ങി. സൂര്യനുദിക്കുന്നതനുസരിച്ച് ആ പൂക്കളും വിടരുന്നു. അവയിലൊന്നിന്റെ ഇതളിൽ കുറേ ഭാഗം കേടു വന്നിട്ടുണ്ട്. അനു ശ്രദ്ധയോടെ നോക്കി. കീടം കുത്തിയതാണ്. അമ്മയോടും അച്ഛനോടും പറഞ്ഞിട്ടു ബാക്കി കാര്യം. അവൾ സങ്കടപ്പെട്ടോടി. ഇതെല്ലാം കണ്ടുനിന്ന അച്ഛനമ്മമാർ അവളെ സാന്ത്വനിപ്പിച്ചു. അങ്ങനെ സംഭവിച്ചതിൽ അതിശയോക്തി ഇല്ല. പ്രകൃതിയിൽ പല ജീവജാലങ്ങളും പരസ്പരം ആശ്രയിച്ചാണ് ജീവിക്കുന്നത്. കീടങ്ങൾ ഇലയും മൊട്ടും തിന്നും. അതിന്റെ ആഹാരരീതി അതാണ്. അങ്ങനെ തിന്നു തീർക്കുന്നതിൽ ചെടിക്ക് പരിഭവം കാണും. അങ്ങനെയെന്നാലും അവ തിളിർക്കാതിരിക്കുന്നില്ല. പൂക്കാതിരിക്കുന്നുമില്ല. അമ്മയായ പ്രകൃതി അവയ്ക്കെല്ലാം വേറെ വേറെ സംരക്ഷണമാണ് ഒരുക്കിയിരിക്കുന്നത്. അന്തിയാവുമ്പോൾ പൂവ് മണ്ണിലടിയുന്നു. അതിനു പിന്നെ എന്തു മേനിയഴകാണ്. അവയിലൊന്നിനെ തിന്ന പുഴുവാകാം അടുത്ത പൂമ്പാറ്റയാവുക. "അനുവിന് പൂമ്പാറ്റയെ ഇഷ്ടമല്ലേ?" പെരുത്തിഷ്ടമാണെന്ന ഭാവത്തിൽ അവൾ തലയാട്ടി. എന്നാലും അവളുടെ മനസ്സിൽ ആ സംശയം അങ്ങനെ തന്നെ നിന്നു. 'പൂവിരിയുന്നത് കാണാൻ കഴിയാത്തതെന്തു കൊണ്ടാവാം?' അന്നു തൊട്ടിങ്ങോട്ട് അനു അതിന്റെ രഹസ്യം അറിയാൻ, അത്ഭുതം കണ്ടെത്താൻ അന്വേഷണം തുടരുവാൻ തീരുമാനിച്ചു.

ആനന്ദോത്സവം

ആമ്പൽക്കുളത്തിന്റെ അരികിൽ ആകാശം മുട്ടുന്ന ആഞ്ഞിലി മരമുണ്ട്. ആദ്യകാലത്ത് ആരോമലിന്റെ അപ്പൂപ്പന്റെ അപ്പൂപ്പൻ നട്ടതാണെന്ന് ആരോ പറഞ്ഞിരുന്നു. ആ പറയുന്നത് ശരിയല്ല. 'അണ്ണാറക്കണ്ണനോ വാവലോ കാഷ്ഠിച്ചു പൊടിച്ചു വളർന്നതാണെ'ന്നും ആനന്ദിയമ്മൂമ്മ പറയുന്നത് ആരോമലും കേട്ടിട്ടുണ്ട്. ആനന്ദകരമായിരുന്നു ആ കാഴ്ച. തളിർത്തും കായ്ച്ചും തിരി തെറുത്തും ആ മരം കൗതുകമുണർത്തി. ആറേഴു പേർ ചുറ്റും നിന്നു പിടിച്ചാലും പിടികിട്ടാത്ത ആ മരം ഗ്രാമത്തിന് അത്ഭുതവും ആനന്ദവുമായിരുന്നു.

ആ കുളക്കരയിലെ ആഞ്ഞിലിയുടെ താണ കൊമ്പിൽ അണ്ണാറക്കണ്ണന്മാർ പതിവു സന്ദർശകരാണെന്ന സത്യം പറയാതെതന്നെ ആരോമലിനറിയാം. കൊക്കുകളോട് കുശലം പറഞ്ഞ് പേരറിയാത്ത ചില പക്ഷികളുൾപ്പെടെ ആ കൂടിക്കാഴ്ചയിൽ പങ്കുചേരുന്നുണ്ട്. ആലോലമാടുന്ന കാറ്റിനൊപ്പം ആടിയുലയുന്ന വാവൽക്കൂട്ടം ആ വഴി പോകുന്നവർക്ക് എന്നും ആനന്ദമേകുന്ന കാഴ്ചയായിരുന്നു.

ആനന്ദോത്സവമാണ് ആ കുളത്തിലും കരയിലും. നാനാ നിറമുള്ള തൂവലുകളുടെ ഭംഗി ആർക്കാണ് വിവരിക്കാൻ കഴി

യുക. ആരാണിവർക്ക് ചന്തം ചാർത്തിക്കൊടുത്തതെന്ന് ആരോമൽ അത്ഭുതം കൂറിയിട്ടുണ്ട്. ചെറിയ ക്ലാസിൽ ആണെന്നാലും അവന് അത്തരം കാഴ്ചകൾ ആഹ്ലാദകരമാണ്.

ആമ്പൽക്കുളത്തിൽ മുങ്ങിപ്പൊങ്ങുകയും നീന്തിത്തുടിക്കുകയും ചെയ്യുന്ന നീർക്കോലിപ്പെണ്ണിനും തന്റെ കാലുകൾക്കും ഒരേ കനം എന്ന് കൊക്കിന് തോന്നി. കല്ലിൽ കുന്തിച്ചിരുന്ന് കൊക്കും, തലയുമുയർത്തി നീർക്കോലിയും നർമ്മ സല്ലാപത്തിൽ മുഴുകി. ആമ്പൽക്കുളത്തിൽ പൂക്കൾ വിടർന്നു പരന്നു. ആ സുഗന്ധം ആവാഹിച്ച് വന്ന വണ്ടത്താന്മാർ മൂളിപ്പറന്നു.

'ആരുടേതാണ് ഈ കുളം, ആരുടേതാണ് ഈ ചതുപ്പുനിലം, ആരാണ് തീർത്തത് ഈ ആമ്പൽക്കൂട്ടത്തെ?'

ആ ചോദ്യങ്ങൾ ആരുമത്ര കാര്യമാക്കിയില്ല. ആലോലമാട്ടിയ കാറ്റിന്റെ ഓളങ്ങളിൽ പുൽത്തലപ്പുകൾ ആടി ഉലയാൻ തുടങ്ങി. ആ പുൽത്തലപ്പുകൾ എന്തോ വിളിച്ചു ചോദിക്കുന്നതായി ആരോമലിനും തോന്നി?

'ആരായാലെന്തേ ആ ചന്തം നുകർന്ന് പോയാൽപ്പോരേ?' എന്ന ചോദ്യം കൊക്ക് ശ്രദ്ധിച്ചു. കേരവൃക്ഷങ്ങളിൽ കേളിയാടുന്ന കുരുവികളാണ് ഈ ചോദ്യം ഉയർത്തിയത്? തൊട്ടടുത്ത് മൈനയും ഉപ്പനും തത്തിക്കളിച്ചു. ആരോമൽ ഈ വിസ്മയം കണ്ട് ഏറെനിന്നു. ആരോ വിളിച്ചു പറഞ്ഞു. "ആരോമലേ അടി കിട്ടും സ്ഥലം വിട്ടോ." ഇന്നും നേരം ഏറെയായിരിക്കുന്നു. ആരോടെന്നില്ലാതെ ആരോമൽ പറഞ്ഞു. 'ഈ പ്രകൃതി എന്നും നിലനില്ക്കണം.' ആമോദത്തോടെ ഇരിക്കുന്ന പക്ഷികൾക്ക് ഇവിടം പൂങ്കാവനമാണ്. കുളത്തിലെ ജലസമൃദ്ധി ഗ്രാമത്തിന് അനുഗ്രഹമാണ്. ഈ ചതുപ്പുകൾ ആളുകൾക്ക് ആശ്വാസമാണ്. ഒരു സംരക്ഷണം ഇതിനാവശ്യമാണ്. ആളുകളോടിത് പറഞ്ഞു മനസ്സിലാക്കണം. ഗ്രാമത്തിലാകെ ഈ സന്ദേശമെത്തിക്കണം. ആദ്യം അച്ഛനമ്മമാരോടും അപ്പൂപ്പനോടും പറയുകതന്നെ. അതിനൊപ്പം പള്ളിക്കൂടത്തിലും ആമിന, ആമ്പാടി, ആദർശ്, ആർദ്ര എല്ലാവരും എനിക്കൊപ്പം നില്ക്കും. പള്ളിക്കൂടത്തിനടുത്തുള്ള ആമ്പൽക്കുളത്തിലേക്ക് ഈ പക്ഷിക്കൂട്ടത്തെ

കൊണ്ടുപോകണം. അവയ്ക്ക് ആവാസ വ്യവസ്ഥ ഒരുക്കണം. ടീച്ചർമാരുടെ പിന്തുണ ഉറപ്പ്. ആരാണ് സഹകരിക്കാതിരിക്കുക. പഞ്ചായത്ത് പ്രസിഡന്റിനോടും ഇത് പറയണം. ആരെതിർത്താലും അദ്ദേഹം ഇതിനാവുന്നത്ര സഹായം നല്കും. അത് തീർച്ച. ആ നിമിഷം മുതൽ ആനന്ദ നൃത്തമാടുകയായിരുന്നു. ആരോമൽ.

അപ്പൂപ്പന്റെ കുറുമ്പ്

ഇന്ദുവിന് ഇന്ന് പിറന്നാളാണ്. ഇവിടെനിന്നും ഇത്തിരി ദൂരത്താണ് ഇന്ദുവിന്റെ വീടെന്നാലും ഇന്നവിടെപ്പോയി ഇഷ്ടപ്പെട്ട ഒരു കളിപ്പാട്ടം അവൾക്ക് 'ബർത്ത്ഡേ ഗിഫ്റ്റാ'യി നല്കണം. ഇവ ഇങ്ങനെയെല്ലാം വിചാരിച്ച് പള്ളിക്കൂടത്തിലെത്തി. ഇവളുടെ ഇഷ്ടമെന്താവാം. തത്തമ്മ, ഓലപ്പീപ്പി, ഓലക്കാൽ കണ്ണട, ഓലപ്പന്ത്, ട്രാക്ടർ, ട്രില്ലർ, പൂക്കൾ. ഇന്ദുവിന് എല്ലാം ഇഷ്ടം തന്നെ. അതിന് എന്റെ കൈയിൽ പണമില്ലല്ലോ. ഇതേ ആവശ്യത്തിന് ഇന്നലെത്തന്നെ അച്ഛൻ രൂപ തന്നിട്ടുണ്ട്. ഇന്ദുവിനോടുള്ള ഇഷ്ടം അച്ഛനുമമ്മയ്ക്കും അറിയാം. അവളുടെ അച്ഛനുമമ്മയും തങ്ങൾ കൂട്ടാണ് എന്നറിയാവുന്നവരാണ്. ഇടയ്ക്ക് ഇവരെല്ലാം വീടുകളിൽ ഒത്തുകൂടും. ആദ്യമായി 'ഇത്തിരിക്കുഞ്ഞൻ ശൗര്യക്കാരൻ' എന്ന കടങ്കഥ കേട്ടത് ഇന്ദുവിന്റെ മുത്തശ്ശിയിൽനിന്നാണ്. ഇത്രയും സുന്ദരിയായ ഒരു മുത്തശ്ശിയെ ഇതിനുമുമ്പും ഇതുവരെയും ഇവൻ കണ്ടിട്ടില്ല. അത്രയ്ക്ക് പ്രത്യേകതകളാണ് ഇന്ദുവിന്റെ മുത്തശ്ശിക്ക്. ഇവയുടെ മുത്തച്ഛന്റെയും മുത്തശ്ശിയുടെയും തലമുടി നിറം ഗോദ്റെജ് കറുപ്പാണ്. ഇവർക്ക് രണ്ടുപേർക്കും പെൻഷനുമുണ്ട്. വർഷങ്ങളായി വിരമിച്ചിട്ട്. ഇതിന്റെ ഒരു വിഹിതം ഗോദ്റെജ്

കമ്പനിക്കാണ്. മുടി കറുപ്പിക്കാൻ. കൈയിലെ രോമം വരെ കറുപ്പിക്കുന്ന അപ്പൂപ്പൻ. ഒരു യാത്ര കഴിഞ്ഞാൽ മുണ്ടും ഉടുപ്പും കഴുകാനേ നേരമുള്ളൂ. കറുപ്പ് വസ്ത്രങ്ങളിലും പടരും! ഇന്ദുവിന്റെ മുത്തശ്ശി അങ്ങനെയല്ല. പഞ്ഞിക്കെട്ടുപോലെ വെളുത്ത തലമുടി. തൂവെള്ള വസ്ത്രം. ഇവരുടെ ദിനചര്യകളും വേറെ. ഇടയ്ക്കിടെ മുത്തശ്ശി മധുര പലഹാരങ്ങൾ സൂക്ഷിച്ചു വെച്ച് ഇരുവർക്കും കൊടുക്കും. ഈ മുടിയഴകിൽ ഇവ കൗതുകം പൂണ്ടിരുന്നു പോയിട്ടുണ്ട്. ഇത്തരം നരച്ചവരെ ഇനി എത്ര നാൾ കാണാൻ കഴിയും?!

കറുത്ത മുടിയും വയ്പ് പല്ലും അണിഞ്ഞൊരുങ്ങലും മുത്തശ്ശി മുത്തച്ഛന്മാരുടെ ശീലമായിരിക്കുന്നു. ഇങ്ങനെ പോയാൽ ഭൂമി ദേവലോകമാകുമല്ലോ എന്ന് ടീച്ചർ പറഞ്ഞു കൊടുത്തിട്ടുള്ള നിത്യ യൗവനമുള്ള സ്വർഗ്ഗവാസികളുടെ കഥ യോർത്ത് ഇവ അതിശയിച്ചു! രോഗശയ്യയിലായ ഇവയുടെ മുത്തച്ഛൻ കാണിച്ച ഒരു കൗശലം അവൾ ഓർത്തു. ഡൈ തേച്ച് കറുപ്പിച്ച് മുണ്ട് മൂടിക്കിടന്ന മുത്തച്ഛൻ മുത്തശ്ശിയേയും പേടി പ്പിച്ചിട്ടുണ്ട്. ഒരു പ്രഭാതത്തിൽ ഉണർന്നു നോക്കുമ്പോൾ ഉമ്മ റത്തെ കസേരയിൽ അതാ ഒരപരിചിതൻ ഇരുന്ന് പത്രം വായി ക്കുന്നു. ഇതെന്ത് മായയാണെന്നു ഭയന്ന മുത്തശ്ശി ഒടുവിൽ തന്റെ പ്രിയതമനാണെന്നറിഞ്ഞ് അന്തംവിട്ടു പോയത്രേ! അന്ന് തുടങ്ങിയ മുടി കറുപ്പിക്കൽ പിന്നീട് ഇരുവരും ചേർന്നായി. ഒരു വിവാഹവേളയിൽ മുത്തശ്ശിയുടെ വയ്പ് പല്ല് കാക്ക എടുത്തുകൊണ്ട് പറന്നുപോയതും, ഒരാഴ്ച കിടക്കയിൽ കിടന്ന ശേഷം ആളാകെ മുടി ചെമ്പിച്ചു മുഷിഞ്ഞതുമൊക്കെ ഏറെ ചിരിക്ക് വകയുള്ള സംഭവങ്ങൾ...

അമ്മുക്കുട്ടിയുടെ ആനക്കുട്ടി

അമ്മുക്കുട്ടിക്ക് ജോലി കിട്ടിയെന്ന വാർത്ത നാട്ടിൽ പരന്നു. അവൾ കുട്ടിയാണെന്നോ ഒരു ജോലിനേടാനുള്ള പ്രായം അവൾക്കായില്ലെന്നോപോലും കൂട്ടുകാർ ആരും ചിന്തിച്ചില്ല. ചുണ്ടുകളിൽനിന്നും ചെവികളിലേക്ക് ചാനൽ വേഗത്തിൽ ആ വാർത്ത ഗ്രാമമാസകലം പടർന്നു. അങ്ങേലും ഇങ്ങേലും നിന്ന് ആൾക്കാർ തിക്കിത്തിരക്കി എത്തി. വഴിയിൽ നിന്നവർ ഒപ്പം കൂടി. മുത്തശ്ശിമാർ സന്തോഷത്തോടെ ചോദിച്ചു. അറിഞ്ഞോ അമ്മുക്കുട്ടിക്ക് ജോലികിട്ടി. 'അല്പം കൂടി അവർ കൈയീന്നിട്ടു.' 'ആനക്കുട്ടിയെ മേച്ചു കെട്ടൽ' അതിശയ വാർത്തകളുടെ കൂട്ടത്തിൽ അതും പെട്ടു. ആനയുടെ ആകൃതിയും പ്രകൃതിയും എല്ലാം ഇഷ്ടംപോലെ പരത്തി പറഞ്ഞു.

കൂട്ടത്തിൽ ചിലർ പറഞ്ഞതിങ്ങനെ 'അവൾ ഭയങ്കരി, ആ ആനപ്പുറത്ത് ഒരു കൂസലുമില്ലാതെ ഇരിക്കണ്' എന്തൊരു കലയാണ് ആ ഇരിപ്പിന്. ഗുരുവായൂർ കേശവന്റെ തലയെടുപ്പുള്ള ആന!

അമ്മുക്കുട്ടിയുടെ വീട്ടിലേക്കായി എല്ലാവരുടെയും ശ്രദ്ധ. ജനങ്ങൾ ഒഴുകി. ഗ്രാമമാകെ അവിടെയെത്തിയെന്നു പറയുന്നതാവും ശരി! അവളുടെ അച്ഛനെയും അമ്മയെയും അവി

ടെങ്ങും കണ്ടില്ല. ആരോ പറഞ്ഞു. അമ്മുക്കുട്ടിക്കൊപ്പം അവരും ആനേ മേക്കാൻ പോയിട്ടുണ്ടാവും. സമീപത്തെ മരങ്ങളുടെ ചുവട്ടിലെല്ലാം അവൻ പരതി. ആന പോയിട്ട് ആനപ്പിണ്ടം പോലും എങ്ങും കാണാനില്ല! ചിലർക്കെല്ലാം സംശയമായി. ഇത് കെട്ടുകഥയാണോ? അച്ഛനമ്മമാർ മടങ്ങി വരുമ്പോൾ വീട്ടിലാകെ ആൾക്കൂട്ടം. അവർ കുറച്ചൊന്നുമല്ല പേടിച്ചത്. അമ്മുക്കുട്ടി മാത്രമാണ് വീട്ടിലുണ്ടായിരുന്നത്. പലവിധ സംഭവങ്ങൾ പറഞ്ഞു കേൾക്കുന്ന കാലമല്ലേ. അവളുടെ അമ്മ അലമുറയിട്ടു.

ഓടിക്കൂടിയ നാട്ടുകാർ പരിഭ്രാന്തരായി. എങ്ങനെയാണ് അവരെ സമാശ്വസിപ്പിക്കുക! എന്റെ അമ്മുക്കുട്ടി എവിടെ എന്നായി അച്ഛനമ്മമാർ. വിളിയും ബഹളവും ഒന്നും ശ്രദ്ധിക്കാതെ അവൾ പൂഴിമൺകുഴിയിൽ കുനിഞ്ഞിരുന്ന് ചെറിയ ഈർക്കിൽ കഷണം കൊണ്ട് എന്തോ കുത്തിച്ചീണ്ടുകയായിരുന്നു. തിരിഞ്ഞു നോക്കുമ്പോൾ ചുറ്റും ജനക്കൂട്ടം.

ഒരിലയിൽ താൻ പിടിച്ചെടുത്ത കുഴിയാനക്കൊപ്പം നിവരുമ്പോൾ ആ കുഞ്ഞിക്കണ്ണുകളിൽ എന്തൊരു വിസ്മയമായിരുന്നു. ആരോ പറഞ്ഞ തമാശയെ അതിന്റെ അർത്ഥത്തിലെടുക്കാതെ ഓടിയണഞ്ഞ ജനങ്ങൾ നാണിച്ചു പറമ്പുവിട്ടു. ഒന്നും അറിയാത്ത അമ്മുക്കുട്ടിയാവട്ടെ അപ്പോൾ കൈകൊട്ടി ആർത്തു ചിരിക്കുകയായിരുന്നു!

ക്ലോറോഫ്ളൂറോ കാർബൺ

ഒരു തേങ്ങൽ കേട്ടെങ്കിലും കൃഷ്ണേന്ദു സ്വപ്നത്തിൽ നിന്നുണർന്നില്ല. അവൾ ശ്രദ്ധിച്ചു കിടന്നു. ഒരാളല്ല, കൂട്ടക്കര ച്ചിൽതന്നെ. അമ്മയെയും അച്ഛനെയുമൊക്കെ വിളിക്കണമെന്നു തോന്നിയെങ്കിലും അവരുടെ രൂപം ഉണർത്തിയ കൗതുകം അവളെ തെല്ലൊന്നുമല്ല സന്തോഷിപ്പിച്ചത്. സ്ഫടികം പോലെ മിന്നുന്ന മഞ്ഞുതുള്ളികൾക്ക് കൈയും കാലും തലയുമൊക്കെ വച്ചതുപോലെ ആനന്ദബിന്ദുക്കളായി അവ നൃത്തമാടുന്നു വെന്ന് അവർ കരുതി.

ഒരാൾ പറഞ്ഞു മോളേ, കൃഷ്ണേ, 'ഭൂമിയിൽ ഒരു നിമിഷം ഞങ്ങൾക്ക് ജീവിക്കാൻ പറ്റാത്ത അവസ്ഥയാണുള്ളത്. ഭൂമി യുടെ ഹരിതം കാത്ത ഞങ്ങൾക്ക് ഇവിടെ ഇനി അതിനു കഴി വില്ല.'

കാർബൺ ഡൈ ഓക്സൈഡാണ് ആദ്യം തന്റെ സങ്കടം ബോധിപ്പിച്ചത്. നിറമില്ലെന്നാലും കൃഷ്ണേന്ദുവിന് ആ വാത കത്തെ പിടികിട്ടി. ജന്തുക്കൾക്കും സസ്യങ്ങൾക്കും ഈ വാതകം ജീവൻ നിലനിർത്താൻ അത്യാവശ്യമാണെന്ന് ഈയിടെ വിക്ടേഴ്സ് ചാനലിലെ ഒരു ക്ലാസിൽ അവൾ ചെറു തായി മനസ്സിലാക്കിയിരുന്നു.

തീർന്നില്ല അടുത്തയാൾക്കുമുണ്ട് പരാതി. 'മഴ മേഘങ്ങ ളില്ല, തണുപ്പ് തീരെയില്ല. ഭീതി തോന്നുന്നു. എന്റെ അമ്മയായ ഈ ഭൂമിയെ കാണുമ്പോൾ, നെഞ്ചത്തടിച്ചു വിളിക്കുകയാണ് 'മീഥൈൽ.'

ഓസോൺ തരംഗങ്ങളുടെ ഒച്ച ഉച്ചത്തിലായി. തറനിരപ്പിൽ നിന്നുയർന്ന് ഓസോൺ തരംഗങ്ങൾ കൂട്ടത്തിൽ അട്ടഹസി ക്കുന്നു. രക്ഷപ്പെടാനല്ല ഞാൻ പൊട്ടിത്തകരാൻ പോകുക യാണ്. നൈട്രജൻ ഓക്സൈഡിന്റെ സങ്കടം അവളെ വല്ലാതെ വേദനിപ്പിച്ചു. 'ഭൂമിയിലെ ചൂടിൽനിന്ന് എനിക്ക് മോചനം വേണം.' എല്ലാ വാതകങ്ങളും ഭൂമി ഉപേക്ഷിച്ചു പോയാൽ ഇവി ടത്തെ സ്ഥിതി കഷ്ടമാകുമല്ലോ എന്ന് ഓർത്തു ദുഃഖിച്ചു. ഇതി നെല്ലാം പരിഹാരം മനുഷ്യനേ കണ്ടെത്താൻ കഴിയൂ എന്ന് അവളുടെ ശാസ്ത്ര ബുദ്ധി അവളെ ഉപദേശിച്ചു. മനുഷ്യന്റെ കൈയബദ്ധങ്ങളാണ് ഇവയുടെ നാശത്തിനു കാരണമെന്ന് അവൾ കേട്ടറിഞ്ഞു.

ആ കുഞ്ഞുമനസ്സ് വേദനിച്ചു. ഹരിത ഗൃഹവാതകങ്ങളെ മണ്ണിൽ നിർത്താൻ മാർഗ്ഗം മനുഷ്യന്റെ കൈയിൽ തന്നെ ഉണ്ട്. പ്രവൃത്തി നന്നായാൽ മതി. കരിയും പുകയും കുറച്ച് ഏ സിയും ഫ്രിഡ്ജും മിതമാക്കി മരങ്ങൾ നട്ടുപിടിപ്പിച്ച് കുറ്റിച്ചെടികൾ വളർത്തി നീരുറവകൾ സംരക്ഷിച്ച് ഇവ നിലനിർത്താമെന്ന് ഈ പരിസ്ഥിതി ദിനത്തിൽ ക്ലാസെടുക്കാൻവന്ന പരിഷത്ത് മാമൻ പറഞ്ഞത് അവൾ ഓർത്തു. സ്വപ്നങ്ങൾക്ക് അവസാന മെത്തുമ്പോൾ മറ്റൊരു വാതകം ഉടുത്തൊരുങ്ങി വന്നുവെ ങ്കിലും മുഖത്ത് കുറച്ച് കരി തേച്ചിരുന്നത് കണ്ടവൾ പേടിച്ചു അത് 'ക്ലോറോഫ്ളൂറോ കാർബൺ' ആയിരുന്നു എനിക്ക് സന്തോഷം എന്നർത്ഥത്തിൽ കൈകൊട്ടിപ്പാടുന്നതായി കൃഷ്ണേന്ദുവിന് തോന്നി. ആ മുഖത്ത് അഹങ്കാരം തന്നെയാ യിരുന്നു തെളിഞ്ഞു കണ്ടത്!

മഴയുടെ മർമ്മരം ചെവിയോർത്ത്

തുഴക്കാരൻ വാസു അപ്പൂപ്പന് ജീവിതം പുഴ തന്നെയായിരുന്നു. മഴയുടെ മർമ്മരം ഏറ്റവും ഇഷ്ടപ്പെട്ടിരുന്നതും അപ്പൂപ്പൻ തന്നെയായിരുന്നു. കുഞ്ഞുങ്ങളെ കടത്തു തോണിയേറ്റി അക്കരെ വിടുന്നതിലും സ്കൂൾ വിട്ട് എപ്പോൾ വന്നാലും മറുകര കടത്തി വിടുന്നതിലും അദ്ദേഹം പ്രത്യേകം ശ്രദ്ധിച്ചിരുന്നു.

മഴയുടെ നേർത്ത ആരവം കേട്ട് തുഴയുമെടുത്ത് കടവിലേക്ക് പോകുന്നത് കാണാനും രസമാണ്. കാലിന് മുടന്തുള്ളതിനാൽ കുന്തിച്ചു നടക്കും. മഴയുണ്ടെങ്കിലും ഇല്ലെങ്കിലും തൊപ്പിക്കുട തലയിൽ വയ്ക്കും. അങ്ങനെ തൊപ്പിക്കുട തലയിൽ വയ്ക്കുന്നതിനും ചില കാരണങ്ങളുണ്ട്. അതിനുള്ളിലാണ് മുറുക്കാൻ പൊതിയും പണപ്പൊതിയും കരുതുക.

വള്ളത്തിലെത്തി അണിയത്തിരുന്ന് വിശാലമായൊന്നു മുറുക്കി നാടൻപാട്ടിന്റെ ശീലുകൾ ഈണത്തിലും താളത്തിലും പാടും. ഇതു വള്ളം തുഴയുമ്പോഴും ചിലപ്പോൾ കേൾക്കാം. തുഴയും പങ്കായവും വെള്ളത്തിൽ പതിക്കുന്നതു പോലും പതിയെയാണ്! അത്ര ലാളനയാണ് അദ്ദേഹത്തിന് നദിയോടുള്ളത്!

നാലടി വെള്ളം പൊങ്ങണം അതാണ് അപ്പൂപ്പന്റെ ആഗ്രഹം. മറ്റൊന്നുമല്ല അക്കരെയിക്കരെ കടന്നുപോകുന്ന

വർക്ക് വസ്ത്രം തെറുത്തു കയറ്റാനാകാതെ വെള്ളം പൊങ്ങിയാലേ അവർ വള്ളത്തിൽ കയറൂ. അങ്ങനെയായാലേ നാഴൂരി അരിയുടെ കോളു കിട്ടൂ. ആ കോളു കൊണ്ടു മാത്രമേ തന്റെ കുടിലിന്റെ അടുപ്പ് പുകയൂ.

മഴ കനത്ത് നദിയിൽ വെള്ളം പെരുകുമ്പോൾ മീനുകൾ ധാരാളമാകും. യാത്രക്കാരില്ലാത്ത വേളകളിൽ തുഴയും പങ്കായവും വള്ളത്തിനുള്ളിൽ കയറ്റിവെച്ച് ചൂണ്ടയിടുക പതിവാണ്. മിക്കവാറും വൈകുന്നേരത്തെ വിഭവമായി ആറ്റുമീൻ കിട്ടും. കറി കുശാൽ.

ഇത്തരം കാത്തിരിപ്പുകൾ എല്ലാ രീതിയിലും വെറുതേ ആയ ദിവസങ്ങൾ ധാരാളമാണ്. കടത്തുകാരനെ തേടി ആരുമെത്താത്ത ദിവസങ്ങളുമുണ്ടായിട്ടുണ്ട്. ചിലർ അക്കരെയെത്തിയശേഷം തിരിഞ്ഞു നോക്കാതെ കടന്നു കളയാറുമുണ്ട്.

നാലാൾ പോയിട്ട് ഒരാൾ പോലും എത്താത്ത ദിവസങ്ങളിൽ തുഴയുമെടുത്ത് മടങ്ങുന്ന അദ്ദേഹം ഒരു സങ്കടം തന്നെയാണ്. അമ്മൂമ്മയുടെ ദൈന്യ മുഖം അപ്പൂപ്പനെ മാത്രമല്ല തന്നെയും ഏറെ സങ്കടപ്പെടുത്തിയിട്ടുള്ളത് ആരതി ഇപ്പോഴും ഓർക്കാറുണ്ട്. മഴയുടെ മർമ്മരവുമില്ല. പുരയിൽ ആരവവുമില്ല.

വാവൽക്കെണി

ആളുകേറാമലയുടെ താഴ്‌വരയിൽ തഴച്ചു വളർന്ന പല മരങ്ങളുണ്ട്. അതിൽ എന്തുകൊണ്ടും പ്രാധാന്യം ആൽമരത്തിനായിരുന്നു. ആലോലമാടുന്ന കാറ്റിനൊപ്പം ചില്ലകളിൽ ആടി ഉലയുന്ന വാവലുകളാണ് അതിന് കാരണം.

മാനത്ത് നക്ഷത്രങ്ങൾ മിന്നുമ്പോൾ, അമ്പിളി മാമൻ ഉദിക്കുംമുമ്പ്, നീട്ടിവിരിച്ച ചിറകുമായി അവ പല ഭാഗത്തേക്ക് പറക്കും. നാരായണൻ അപ്പൂപ്പന്റെ പേര മരമായിരുന്നു പ്രധാന ലക്ഷ്യങ്ങളിലൊന്ന്. പേരമരത്തിന് വെള്ളം പമ്പു ചെയ്തും, തണൽ വിരിച്ചും അപ്പൂപ്പൻ സൂക്ഷിച്ചിരുന്നു. കന്നി കായ്ച്ചതു തന്നെ തലമറന്നാണെന്നായിരുന്നു അപ്പൂപ്പൻ പറഞ്ഞുനടന്നത്.

തോട്ടത്തിലെ പല വിഭവങ്ങളും കക്കുന്നത് വാവലാണെന്ന് വിശ്വസിച്ചിരുന്ന അദ്ദേഹം ഇക്കുറി ചില മുൻകരുതലുകൾ എടുക്കാൻ മറന്നിരുന്നില്ല. മുള്ളുമുരിക്കിന്റെ ചില്ലകൾ കൊത്തിയും, മുള്ളു മുളയുടെ കമ്പ് വെട്ടിയും മേലോട്ട് നീട്ടി ഉയർത്തി അദ്ദേഹം 'വാവൽക്കെണി' ഒരുക്കി.

സൂത്രശാലിയായ അദ്ദേഹം വൈകുന്നേരങ്ങളിൽ തോട്ടം ചുറ്റാറുണ്ട്. കന്നികായ്ച്ചതിൽനിന്ന് ഒറ്റ പേരയ്ക്ക പോലും വാവലിന് കൊടുക്കില്ലെന്ന് തീർപ്പാക്കിയാണ് അദ്ദേഹം അന്ന്

സന്ധ്യക്ക് വീട്ടിൽനിന്നും തിരിച്ചത്. മുത്തച്ഛന്റെ തന്ത്രത്തിലുള്ള പോക്കു നോക്കിയിരുന്ന മുത്തശ്ശിയും സന്തോഷിച്ചു. പേരക്കിടാങ്ങൾ വരുമ്പോൾ മുഴുത്ത പേരയ്ക്ക ഈ അവധിക്കാലത്തെ വിഭവമായിക്കോട്ടേ എന്നുതന്നെ അവരും കരുതി.

വലിയ അഭിമാനത്തോടെ തെല്ല് ഗമയിൽ പിറ്റേന്ന് മുത്തച്ഛൻ നേരത്തേ തോട്ടത്തിലെത്തി. കണ്ട കാഴ്ച ഏറെ ദുഃഖിപ്പിച്ചു. മുള്ളും കമ്പും കൊമ്പുമുണ്ട്. എന്നാൽ പാകമായി നിന്ന ഒറ്റ പേരയ്ക്ക കാണാനില്ല. സങ്കടവും ദേഷ്യവും ഒന്നിച്ചുവന്ന അപ്പൂപ്പന് കോപം താങ്ങാനായില്ല. പേരമരത്തിന് ചുറ്റുംനടന്ന് അഞ്ചാറു കല്ലുകൾ സംഘടിപ്പിച്ചു. മരത്തെ അഞ്ചാറു വലത്തു വച്ച് 'ചറപറോന്ന്' മേലോട്ട് വലിച്ചെറിഞ്ഞു.

അപ്പോഴാണ് പൂവാലൻ അണ്ണാർക്കണ്ണനെ കാണാനായത്. അവൻ ഉച്ചത്തിൽ ചിലച്ചു. ചില്ലകൾ മാറി തത്തിച്ചാടി. അരിശം മൂത്ത അപ്പൂപ്പൻ അവശേഷിച്ച കല്ല് സർവ്വശക്തിയുമെടുത്ത് മേലോട്ടെറിഞ്ഞു. കൊമ്പിൽ തട്ടിയ ആ കല്ലാകട്ടെ വന്നുവീണത് മിനുത്ത കഷണ്ടിയിലായിരുന്നു.

കള്ളനെ കിട്ടിയില്ലെന്നു മാത്രമല്ല നാണക്കേടും സഹിക്കേണ്ടിവന്ന അദ്ദേഹം നേരം നന്നേ ഇരുട്ടുമ്പോൾ പാത്തു പതുങ്ങിയാണ് വീടെത്തിയത്.

മുത്തശ്ശി കാണാതെ തലയിൽ പഞ്ഞി പൊതിഞ്ഞു കെട്ടേണ്ടി വന്നു അദ്ദേഹത്തിന്.

കരിയിലപ്പക്ഷികൾ കുറുകാത്തതെന്ത്?

വേനലവധി ആരംഭിച്ചപ്പോഴേ ഗോകുലിന് സന്തോഷം തന്നെ. എന്നും പഠിയെടാ പഠിയെടാ എന്ന പല്ലവിക്ക് കുറച്ചു കാലത്തേക്ക് മോചനമാവുമല്ലോ എന്ന ആശ്വാസമായിരുന്നു ഈ സന്തോഷത്തിനു മുഖ്യകാരണം.

രാവിലെ എഴുന്നേറ്റ് തൊടിയൊക്കെ ഒന്ന് അരിച്ചുപെറുക്കി. പഴുത്തു വീണുകിടന്ന മഞ്ഞനിറത്തിലുള്ള പ്ലാവിലകളെ ഈർക്കിൽ കോർത്ത് തൊപ്പിയുണ്ടാക്കി ഗമയിൽ ഒന്നു വച്ചു. ഒപ്പം അവന്റെ സംശയങ്ങളും ഉണർന്നു. അവന് എല്ലാത്തിനും പരിഹാരം മുത്തച്ഛനാണ്. പല സംശയങ്ങളും പരമ്പരാഗത അറിവിന്റെ വെളിച്ചത്തിൽ പരിഹരിക്കാനുള്ള കഴിവ് അപ്പൂപ്പന് ഒന്നു വേറെയാണ്!

“അപ്പൂപ്പാ, കിന്നരിത്തൊപ്പി തലയിൽവെച്ച് വന്നിരുന്ന ഒരു പക്ഷിയുണ്ടല്ലോ. അതിനെയിപ്പോൾ കാണാനില്ല. ചെമ്പരത്തി യിലും ചാമ്പമരത്തിലും കൂടുവച്ചിരുന്ന തുന്നാരനെവിടെപ്പോയി രിക്കുന്നു. ഒന്നിന്റെയും, ഒച്ചയനക്കമില്ലല്ലോ?” “നേരം പുലർന്ന തല്ലേയുള്ളു. അവർ വരും.” “അല്ലപ്പൂപ്പാ അവയുടെ കൂടുക ളൊന്നും കാണുന്നില്ലെന്നേ. മുത്തച്ഛന്റെ മറുപടി അവനു തൃപ്തിയായില്ല.”

ചപ്പിലകൾ ചിക്കി, കലപില കൂട്ടുന്ന കരിയിലക്കിളികളെയും കാണുന്നില്ല. അവന്റെ മനസ്സ് കൂടുതൽ നൊന്തു. കാലാട്ടിയിരിക്കുമ്പോൾ വാലാട്ടിയെത്തുന്ന എത്രകിളികളായിരുന്നു ഈ പറമ്പിലുണ്ടായിരുന്നത്.

ചെമ്പകക്കൊമ്പിൽ പറന്നിരിക്കാറുണ്ടായിരുന്ന ചെമ്പോത്തി (ഉപ്പൻ) നെയും കണ്ടെത്താനാവുന്നില്ല. തെല്ലിട അപ്പൂപ്പനെ അവിടെ കണ്ടില്ല. ഏതോ സങ്കടം അദ്ദേഹത്തെയും വിഴുങ്ങിക്കളഞ്ഞിരുന്നു.

മഞ്ഞച്ചിറകു വിരിച്ചെത്തുന്ന മഞ്ഞക്കിളികളെപ്പറ്റിയായിരുന്നു ഗോകുലിന്റെ ചിന്ത. അവ എവിടെയാവാം പോയൊളിച്ചത്? കോഴിക്കുഞ്ഞുങ്ങളെ റാഞ്ചാതിരിക്കാൻ അമ്മൂമ്മ ഒരു വടിയും തന്ന് തന്നെപ്പറഞ്ഞുവിടാറുണ്ടായിരുന്നത് അവൻ ഓർത്തു. ചക്കിപ്പരുന്ത് വലം വയ്ക്കുന്ന വൻമരവും കാണാനില്ല. വലിയ പരിസ്ഥിതി സ്നേഹം പറഞ്ഞിരുന്ന മുത്തച്ഛനെന്തുപറ്റിയാവോ? തോപ്പും തൊടിയും തകർത്തതാരായിരിക്കാം?

പിന്നീടുള്ള നടത്തം വലിയ സങ്കടങ്ങളുടെ ഇടയിലൂടെ ആയിരുന്നു. താമരപൂത്തു വിടർന്നിരുന്ന ഒരു വലിയ കുളം പറമ്പിന്റെ മദ്ധ്യത്തുണ്ടായിരുന്നു. അതും കാണാനില്ല. കാടരിച്ചെത്തുന്ന കാറ്റിനും തളർച്ച. കാട്ടരുവിയും കുളങ്ങളും വരണ്ടു.

മുത്തച്ഛൻ തൊട്ടടുത്ത് കസേരയിൽ തളർന്നിരിക്കുന്നതാണ് ഗോകുൽ കണ്ടത്. മനസ്സിൽ പല വികാരങ്ങൾ ഓളമടിച്ചു. ഒന്നും പറയാൻ കഴിയാതെ വിഷമിച്ചു.

വമ്പു പറഞ്ഞു നടന്നിരുന്നവർ എല്ലാം ഇല്ലാതാകുന്നതിൽ കുഞ്ഞുമനസ്സ് വേവുന്നതിൽ അതിയായ സങ്കടമുണ്ടായിരുന്നു. എന്നാൽ ഇതൊന്നും നശിപ്പിച്ചത് താനല്ലെന്ന് ബോദ്ധ്യമുണ്ടായിരുന്നിട്ടും അദ്ദേഹത്തിന് അത് പറയാൻപോലും ധൈര്യം വന്നില്ല! ഗോകുലാകട്ടെ മുത്തച്ഛനെ വേദനിപ്പിച്ചതിൽ സങ്കടപ്പെടുകയും ചെയ്തു.

സേതുരാമനെ ഓർമ്മിക്കുമ്പോൾ

റിയയുടെ ചേട്ടൻ അവന്റെ പള്ളിക്കൂടത്തിന്റെ മഹത്ത്വം എന്നും പറയാറുണ്ട്. അങ്ങനെയാണ് എത്രയും പെട്ടെന്ന് വലുതായി അതേ സ്കൂളിൽ തന്നെ പഠിക്കണമെന്ന് അവൾക്കും തോന്നിയത്. ഇപ്പോൾ ചേട്ടൻ പത്താം തരത്തിലെത്തിയിരിക്കുന്നു. പരീക്ഷയ്ക്കുള്ള തയ്യാറെടുപ്പാണ്. ഒരു സങ്കടം അവൾക്കുണ്ട്. ചേട്ടന്റെ കൈപിടിച്ച് ഒന്നാം ക്ലാസിൽ പോകാൻ കഴിയില്ലല്ലോ. അവൻ അടുത്തവർഷം വേറെ സ്കൂളിലാണ്.

ഇങ്ങനെ പലതും ഓർത്തിരിക്കെ ചേട്ടനെത്തി. അവൻ കഥയുടെ കെട്ടഴിച്ചു; ഒന്നാം ക്ലാസിൽ ചേർന്ന് പത്താം ക്ലാസ് വരെയും നടന്നാണ് അവൻ പാഠാലയത്തിൽ പോയിരുന്നത്. ഒന്നാം ക്ലാസിലേക്ക് പോകുമ്പോൾ ഏറെ ആകർഷിച്ചത് വഴിവക്കിലെ കൂട്ടുകാരായിരുന്ന കുന്നുകളും പുഴയുമായിരുന്നത്രേ!

ക്ലാസ് കയറ്റം കിട്ടി. രണ്ടാം ക്ലാസിലെത്തുമ്പോൾ പൂന്തോട്ടം കമനീയമായി ഒരുങ്ങിനിന്നു. നിറയെ പൂക്കൾ. ഒപ്പം തേൻ നുകരാനെത്തുന്ന വണ്ടുകൾ. മറ്റു ചേട്ടന്മാർ നട്ടു നനച്ച കണിക്കൊന്ന പൂത്തുലഞ്ഞത് മൂന്നാം ക്ലാസിൽ പഠിക്കുന്ന സമയത്തായിരുന്നു. മഞ്ഞപ്പട്ടുമുടുത്തു നില്ക്കുന്ന ആ ചേല് ഒന്ന് കാണേണ്ടതുതന്നെ!

കാലം കടന്നു. ചേട്ടൻ നാട്ടിലെത്തിയപ്പോൾ പറഞ്ഞത് റിയയ്ക്ക് ഓർമ്മവന്നു. മാവിൻ ചില്ലകൾ പൂത്തുലഞ്ഞും കായ്കനികൾ നിറഞ്ഞതുമായിരുന്നു പ്രധാന വിശേഷം. ഓരോന്നും എത്ര മധുരമായാണ് ചേട്ടൻ ഓർത്തു വച്ചത്. മാഞ്ചുവട്ടിലെത്താൻ റിയയ്ക്കും കൊതിയായി. അഞ്ചാം ക്ലാസിൽ പോയത് വലിയ മഴയുള്ള ദിവസമായിരുന്നു. അന്നു പുഞ്ചപ്പാടം നിറഞ്ഞു കവിഞ്ഞു. കരയിലൂടെ പുല്ലു വകഞ്ഞാണ് പള്ളിക്കൂടത്തിലെത്തിയത്.

എല്ലാവർഷവും സ്കൂൾ തുറക്കുമ്പോൾ അച്ഛൻ ഒപ്പം വരും, അമ്മ പതിവു സന്ദർശകയാണ്. അവനെ സ്കൂളിലാക്കി കമ്പോളത്തിൽനിന്നും സാമാനങ്ങൾ വാങ്ങിയാണ് മടക്കയാത്ര. തിരികെ വന്നൊരു ദിവസം അമ്മ പറഞ്ഞു. മോളേ, ചേട്ടന്റെ സ്കൂളിലെ വാകമാരം 'തലമറന്നു പൂത്തു.' അതിന്റെ ചുകപ്പ് മുകളിൽ മാത്രമല്ല ചുവട്ടിലും നിറഞ്ഞിരിക്കുന്നു. കാലെടുത്തു വയ്ക്കാൻ തോന്നില്ല. ഓരോ വർണ്ണനയും അവളിൽ കൗതുകം ഉണർത്തി.

ഏഴാം ക്ലാസിൽ പുതിയതായി പ്രവേശിക്കുമ്പോൾ കൂട്ടുകാരൻ സേതുരാമൻ കുറെ തുമ്പപ്പൂക്കളാണ് അവനായി കൊണ്ടുവന്നത്. അതിന്റെ വെളുപ്പും അവന്റെ ചിരിയും ഇന്നും മനസ്സിൽ നിറയുന്നുണ്ടത്രേ. അതിന് കാരണവുമുണ്ട്. ആ വർഷം അവസാനിക്കും മുമ്പ് സേതുരാമൻ ചേട്ടൻ സ്കൂൾവിട്ട് വേറെ പോയിരുന്നു!

ഇനി മൂന്നു വർഷമേ ബാക്കിയുള്ളൂ. താൻ പഠിച്ചതിന്റെ ഓർമ്മ നിലനിർത്താനായി ആ വർഷം ഹെഡ്മാസ്റ്ററുടെ അനുമതിയോടുകൂടി അവൻ മുറ്റത്തിന്റെ അറ്റത്ത് ഒരു മാവുനട്ടു. ഒപ്പം തൊട്ടടുത്തായി സേതുരാമൻ നട്ട അശോകവും തളിരിട്ടിരിക്കുന്നു. അവൻ സ്കൂൾ വിടുന്നത് വർഷം അവസാനിക്കുന്ന കൊടും വേനലിന്റെ സമയത്തായിരുന്നു. ആ ചെടി വെള്ളം കോരി നനച്ചതാവട്ടെ അവർ തന്നെയായിരുന്നു.

ഒൻപതാം ക്ലാസിലെത്തുമ്പോൾ സ്കൂൾ പരിസരം ഒരു വലിയ പൂന്തോട്ടമായി മാറി. എല്ലാവരും അവരുടെ സംഭാവന

കൾ നല്കി. മുക്കുറ്റി, മുല്ല, ചെമ്പരത്തി, സൂര്യകാന്തി, തെച്ചി, കൃഷ്ണകിരീടം എല്ലാം പൂത്തുലഞ്ഞു. തുമ്പികളും ശലഭങ്ങളും ആർത്തു.

മനസ്സില്ലാ മനസ്സോടെ പത്താംകൊല്ലം സ്കൂൾ വിടുമ്പോൾ റിയയുടെ ചേട്ടന്റെ മനസ്സു നിറച്ചും പൂന്തോട്ടം പോലെ പൂത്തുലഞ്ഞ ആനന്ദകരമായ ഓർമ്മകളായിരുന്നു.

പൂത്തുമ്പികൾ അപ്സരസുകളായാൽ...

നക്ഷത്രക്കുട വിരിച്ച നീലാകാശം മുട്ടുന്ന മാളിക. ഏറ്റവും മുകളിലത്തെ നിലയിൽ സ്വർണ്ണക്കസേരയിൽ സുന്ദരിയായ രാജകുമാരി! സൂര്യൻ ഉദിക്കുന്നതും അസ്തമിക്കുന്നതും ആ ഇരിപ്പിടത്തിലിരുന്നാൽ കാണാം.

ഒരുദിവസം കുറേ പൂത്തുമ്പികൾ പാറിവന്ന് രാജകുമാരിയുടെ ഇരിപ്പിടത്തിലിരുന്നു. നിമിഷനേരംകൊണ്ട് അവ അപ്സര കന്യകമാരായി. യുദ്ധസമർത്ഥനും അതീവ സുന്ദരനും കുതിരയോട്ടത്തിൽ സമർത്ഥനും പരാക്രമിയുമായ കരുത്തുറ്റ ഒരു രാജകുമാരനെക്കുറിച്ചവർ വിവരിച്ചു. നിലാവുപൂക്കുന്ന ആകാശക്കൊട്ടാരത്തിൽ താമസമുറപ്പിച്ചിരിക്കുന്ന ആ ഗന്ധർവ്വകുമാരനെ കാണാൻ രാജകുമാരി ആശിച്ചു.

പൂത്തുമ്പികളായി വന്ന് അപ്സരസുകളായിത്തീർന്ന അവരിലൊരാൾ ഞൊടിയിടയിൽ യുവരാജാവായി. 'ഇതാ ഇങ്ങനെയിരിക്കു'മെന്ന് കാട്ടിക്കൊടുത്തു. രാജകുമാരി അത്ഭുതപ്പെട്ടു. രാജസുന്ദരിയാകട്ടെ ഗന്ധർവ്വ രാജകുമാരനെ വേളി കഴിക്കാൻ ആശിച്ചു.

തോഴിമാരിലൂടെ തന്റെ ആഗ്രഹം നക്ഷത്ര പുരേശനെ അറിയിച്ചു. അനുമതി കൂടാതെ രാജകുമാരിയുടെ ഇരിപ്പിടത്തിലെ

ത്തിയ അപ്സര കുമാരിമാരെ ഉടനടി പിടിച്ചുകെട്ടാനായിരുന്നു രാജാവിന്റെ ആജ്ഞ. ഉത്തരവിട്ടെങ്കിലും നിമിഷങ്ങൾ കഴിഞ്ഞപ്പോൾ താൻ നേരിൽക്കണ്ട് തീരുമാനമെടുക്കാമെന്ന് രാജാവും തീരുമാനിച്ചു. അത്ഭുതമെന്നു പറയട്ടെ മനോഹരങ്ങളായ കുറേ പൂത്തുമ്പികളെ മാത്രമേ അദ്ദേഹത്തിനവിടെ കാണാൻ കഴിഞ്ഞുള്ളൂ.

കോപിഷ്ടനായ രാജാവ് വാളെടുത്തെങ്കിലും പൂത്തുമ്പികൾ പറന്നുമാറി. സൈനികരെ വിളിച്ചു വരുത്തി പൂത്തുമ്പികളെപ്പിടിക്കാൻ ആജ്ഞ നല്കി. വാളേന്തിയ സൈനികർ പൂത്തുമ്പികൾക്കൊപ്പം പാഞ്ഞു. ഈ സമയത്ത് ശത്രു സൈന്യം നക്ഷത്രരാജ്യം ആക്രമിച്ചു. രാജാവ് പരാജയം ഏറ്റുവാങ്ങി. ഈ തുമ്പികൾ ഗന്ധർവ്വ രാജ്യത്തുനിന്നും വന്ന സൈനികരായിരുന്നു. അവർ തിരികെയെത്തി രാജകുമാരിയെ പിടിച്ചുകെട്ടി അവരുടെ രാജ്യത്തേക്ക് കൊണ്ടുപോയി.

അമ്മക്കിളി

കിളിയമ്മ കുളക്കരയിലുള്ള തന്റെ കൂട്ടിൽനിന്ന് കുഞ്ഞുങ്ങളെ തനിച്ചിരുത്തി കുളത്തിലേക്കു ചാഞ്ഞ ചില്ലയിൽ പറന്നിരുന്നു. തന്റെ മക്കൾ അപ്പോഴും കലപില സംസാരിച്ചുകൊണ്ടേയിരുന്നു. ചില്ലയിലിരുന്ന് കിളിയമ്മ താഴെ കുളത്തിലേക്ക് നോക്കി. മുട്ടയിട്ട നാൾ മുതൽ അടയിരുന്ന ആ അമ്മ പുറം കാഴ്ചകൾ കണ്ടിട്ട് ഏറെ നാളായി.

താഴേക്കു നോക്കിയപ്പോൾ അവൾ കണ്ടത് വെള്ളത്തിൽ പതുങ്ങിയിരുന്ന ഒരു പക്ഷിയെയാണ്. തന്റെ കുഞ്ഞുങ്ങളെ റാഞ്ചാനെത്തിയ ദുഷ്ടൻ! പിന്നെ ഒന്നും ആലോചിച്ചില്ല. തന്റെ കൺമണികളെ തട്ടിയെടുക്കാനെത്തിയ ശത്രുവിനുനേരെ ഒറ്റച്ചാട്ടം. ചെന്നു വീണതാകട്ടെ നിറഞ്ഞു തുളുമ്പുന്ന കുളത്തിലും!

വളരെ പണിപ്പെട്ട് വല്ലവിധേനയും കരയിലെത്തിയ കിളിയമ്മ കുഴഞ്ഞ ചിറകുകളോടെ പറന്ന് ചില്ലയിലെ കൂട്ടിലെത്തി. തന്റെ കുഞ്ഞുങ്ങൾ സുഖമായി ഉറങ്ങുന്നു. തലനീട്ടി പുറത്തേക്കു നോക്കുമ്പോൾ ആ ശത്രു വെള്ളത്തിലുണ്ട്. ഒപ്പം കൂട്ടി

നകത്താണെന്നു മാത്രം! കിളിയമ്മ തെല്ലുനേരം ആലോചിച്ചു. ഒരുകാര്യം ബോദ്ധ്യമായി. അതു തന്റെ നിഴലായിരുന്നു. അമളി പറ്റിയതിൽ അവൾ ലജ്ജിച്ചു. എന്നാലും, തന്റെ മക്കളെ പൊന്നു പോലെ നോക്കും എന്ന തീരുമാനത്തോടെ ചിറകു വിടർത്തി ചൂടേകി ആ അമ്മ കൂട്ടിനുള്ളിൽ പതുങ്ങിയിരുന്നു!

ഒരു മാമ്പഴം എനിക്കുംകൂടി

ഇന്നലെക്കണ്ട സ്വപ്നം ഓർത്തെടുക്കാൻ ശ്രമിക്കുകയായിരുന്നു ആർദ്ര. ഉറക്കം വരുംമുമ്പ് അതിനു കഴിയണേ എന്ന് അവൾ ആഗ്രഹിച്ചു.

ദൂരദർശനിൽ അകത്തെമുറിയിൽ മുത്തശ്ശി ഏതോ പുരാണ കഥയുടെ സീരിയൽ കണ്ടിരിക്കുകയാണ്. അതിന്റെ ശബ്ദം ഇത്തിരിയൊന്നുമല്ല. ഇന്നലെ ഈ സമയത്ത് ഒരു കാർട്ടൂൺ ചിത്രമായിരുന്നു. അച്ഛനോടൊപ്പം അവൾ അതു കണ്ടു. കഥ പഴയതുതന്നെ. ആമയും, മുയലും പന്തയം വച്ചത്.

ഓട്ടത്തിനിടെ മുയൽ പിന്നിട്ടു പോയ പൊന്തക്കാടുകളും, തടാകവും, അരുവിയും ഇഴയുന്നതിനൊപ്പം ആമയോടു സല്ലപിച്ച ചേരയും. പച്ചിലപ്പടർപ്പൂക്കളും കണ്ണിനു കൗതുകം പകർന്നിരുന്നു.

പൊന്തക്കാട്ടിൽ ചെവി വട്ടം പിടിച്ചിരുന്ന മുയലിനുമേൽ കള്ളനോട്ടമെറിഞ്ഞിരുന്ന കുരുവിപ്പക്ഷിയും കൗശലക്കാരൻ കാക്കയുമെല്ലാം വിസ്മയക്കാഴ്ചകൾ തന്നെ!

ചേട്ടന്റെ മുറിയിൽനിന്നും കളിപ്പാട്ടങ്ങൾ വേറെ വേറെ ശബ്ദങ്ങൾ കേൾപ്പിക്കുന്നു. പഴയതെല്ലാം പൊളിച്ച് ശബ്ദത്തിന്റെ ഉറവിടം കണ്ടെത്തുകയും പുതിയ ശബ്ദം ഉണ്ടാക്കു

കയും ചെയ്യാനുള്ള ജാലവിദ്യ ചേട്ടനറിയാം.

ആർദ്ര പലതും ഓർത്തും കേട്ടും കിടന്നു. ങാ, ആർദ്ര ക്കുട്ടി ഉറങ്ങിയില്ലേ.... മരച്ചില്ലയിലിരുന്ന തുന്നാരന്റെ വലുപ്പം പോലെ പതിഞ്ഞ ശബ്ദം. അങ്ങോട്ട് നോക്കുമ്പോൾ അടിമുടി പൂത്ത ഒരു കണിക്കൊന്ന. കാറ്റുലച്ച് പൂക്കൾ ചൊരിഞ്ഞു. ഞാൻ നിന്നെ എവിടെയെല്ലാം തിരഞ്ഞു. തെല്ലു ഗമയിൽ ഇരു വശം കെട്ടിയ മുടിയിലാകെ കമനീയമായ പൂക്കൾ ചൂടി യിട്ടുണ്ടല്ലോ. “ഇന്നെന്താ ബർത്ത്ഡേയാ”, ആർദ്ര അറിയാതെ ചിരിച്ചു. ബർത്ത്ഡേ കഴിഞ്ഞിട്ടു നാളേറെയായത് നീയറി ഞ്ഞില്ലേ? എന്ന ചോദ്യത്തോടെ.

അരണ്ട വെളിച്ചത്തിൽ പാതിമയക്കവുമായി അവൾ കട്ടി ലിൽ കിടന്നു. കട്ടിലിലാണ് കിടപ്പെങ്കിലും മനസ്സാകെ കാടും മരവും പൂങ്കുലകളും നിറഞ്ഞാടി. സമീപത്തെ മരക്കൊമ്പിൽ വള്ളിയിലൂഞ്ഞാലാടുന്ന കുരങ്ങൻ. മാളത്തിൽ ഒളിഞ്ഞിരുന്നു തല നീട്ടുന്ന എലി.

“ഹായ്, എവിടെയായിരുന്നു കൂട്ടുകാരീ?” ചോദ്യം കേട്ടെ ങ്കിലും ആളെ മനസ്സിലായില്ല അവൾക്ക്. ഒഴുക്ക് നിർത്തിയ അരു വിയുടേതായിരുന്നു ആ കുശലാന്വേഷണം. ആ അരുവിയുടെ കരയിലിരുന്ന് കാലുകൾ വെള്ളത്തിലിട്ടിരിക്കുമ്പോൾ വള്ളി ക്കിടയിലൂടെ അരുവി വീണ്ടും ചിരിതൂകി ഒഴുകി.

മരച്ചില്ലയിൽ പക്ഷികൾ കലപില കൂട്ടി. ഒരു കാറ്റിന്റെ വര വായിരുന്നു. കൂട്ടുകാരെയെല്ലാം അത് ഏറെ സന്തോഷിപ്പിച്ചു. ചറപറോന്നു തൊഴിയുന്ന മാമ്പഴം കൂട്ടുകാർ കളിചിരി തമാശ കൾ പറഞ്ഞ് പെറുക്കിക്കൂട്ടി. പിന്നീടവ പകുത്ത് തിന്ന് വയർ നിറച്ചു. ചില്ലയിൽ വാലിളക്കി അണ്ണാറക്കണ്ണനുമെത്തി. ‘ഇനി മാമ്പഴം വേണമെങ്കിൽ പറഞ്ഞോളൂ ഞാനുണ്ട് വീഴ്ത്തി തരാൻ’ എന്ന ഭാവത്തിൽ.

“ആർദ്രക്കുട്ടീ ഒരു മാമ്പഴം എനിക്കും താ.” അവൾക്ക് പരി ചയമുള്ള ശബ്ദം. തന്നെ വിട്ടുപിരിഞ്ഞ മുത്തച്ഛൻ മാവിന്റെ ചുവട് ചാരിനില്പാണ്. അവളോടി അടുത്ത് ചെന്നു. മടി നിറയെ മണമൂറുന്ന പേരയ്ക്ക. കാറ്റടങ്ങി. എല്ലാം നിശ്ശബ്ദം.

മുത്തച്ഛനെപ്പരതിയ കണ്ണുകൾ സങ്കടത്തോടെ കൂമ്പി.

പരുന്തു വട്ടമിടുന്ന, നത്തും മൂങ്ങയും ഉറങ്ങുന്ന മാമരങ്ങൾ തല ഉയർത്തി നില്ക്കുന്ന പറമ്പിലവൾ നിലയുറപ്പിച്ചു. പുളിമരത്തിൽ സ്ഥിരമായി കെട്ടിയിട്ടുള്ള ഊഞ്ഞാലിൽ കൂട്ടുകാർക്കൊപ്പം ഊയലാടി. താളത്തിൽപ്പാടി മുത്തശ്ശി. മുതിർന്നവരും കുട്ടികളുമടങ്ങുന്ന സഭയ്ക്ക് നേതൃത്വം മുത്തശ്ശിക്കു തന്നെ.

രണ്ടാം ഘട്ടത്തിലെ സ്വപ്നം അവളെ കുറച്ചൊന്നുമല്ല ഞെട്ടിച്ചത്. ചുട്ടുപൊള്ളുന്ന വെയിൽ, ഇല കൊഴിഞ്ഞ മരങ്ങൾ, കുറ്റി മാത്രമായ ചെടിത്തലപ്പുകൾ, വറ്റിവരണ്ട കുളം, ഒഴുക്കു നിലച്ച അരുവി. കിളിയില്ല, വണ്ടില്ല, ശലഭമില്ല. ഏതോ ഒരു ആപത്ത് സൂചിപ്പിക്കുന്നതായിരുന്നു ചുറ്റുപാട്. സാന്ത്വനമായി വീണ്ടും മുത്തച്ഛൻ. എല്ലാം കണ്ടില്ലേ ആർദ്രക്കുട്ടീ. 'നല്ലനാളുകൾ വരും സുഖമായി ഉറങ്ങിക്കോളൂ.' ഇപ്പോൾ അവൾ ഉറക്കത്തിന്റെ പൂർണ്ണതയിലേക്ക് എത്തിക്കഴിഞ്ഞിരുന്നു. മുത്തശ്ശി പുതപ്പ് മൂടിക്കൊടുത്തതുപോലും അവൾ അറിഞ്ഞില്ല.

എഴുത്തോല

പള്ളിക്കൂടത്തിലെ വലിയ അലമാരകൾ നിറച്ചു പുസ്തകങ്ങൾ; എല്ലാം വായിച്ചു തീർക്കണം. സാന്ദ്രയുടെ ആഗ്രഹം അതായിരുന്നു. കുറെ ഏറെ വായിച്ചു. ശാസ്ത്രം, ജീവശാസ്ത്രം, ജീവചരിത്രം ഇങ്ങനെ പലതും; ഈയിടെയായി എഴുത്തുകാരുടെ (മൺ മറഞ്ഞവരും, ജീവിച്ചിരിക്കുന്നവരും) ചിത്രങ്ങൾ ലൈബ്രറിയിൽ മനോഹരമായി തൂക്കിയിട്ടുള്ളത് അവൾക്ക് കൂടുതൽ ആകർഷകമായി തോന്നി. മാമ്പഴത്തിന്റെ കവി വൈലോപ്പിള്ളി, 'മലരണിക്കാടുകൾ തിങ്ങി വിങ്ങി'.... എന്ന അടിക്കുറിപ്പോടെ ചങ്ങമ്പുഴ, യാത്ര കൊണ്ട് ജീവിതം ആസ്വദിച്ചു തീർത്ത എസ് കെ പൊറ്റെക്കാട്. എല്ലാം സുപരിചിതർ. നേരിൽക്കണ്ട അനുഭവമാണ് സാന്ദ്രയ്ക്ക് ഈ തെളിഞ്ഞ ചിത്രങ്ങൾ ഉണ്ടാക്കിക്കൊടുത്തത്.

ചെറുശ്ശേരി, കുഞ്ചൻനമ്പ്യാർ, എഴുത്തച്ഛൻ ഇവരുടെ ചിത്രങ്ങളായിരുന്നു മുൻനിരയിൽ. അത്രയ്ക്കങ്ങോട്ട് പരിചയമില്ല ഈ മുഖങ്ങൾ. സംശയത്തോടെ നോക്കിനില്ക്കുമ്പോൾ എഴുത്തിനെ ഏറെ മാനിക്കുന്ന എഴുത്തുകാരെ അങ്ങേയറ്റം ഇഷ്ടപ്പെടുന്ന ഗിരിസാർ അവിടെയെത്തി. കൂടെ അദ്ദേഹത്തിന്റെ ക്ലാസിലെ കുട്ടികളും. അദ്ദേഹം വന്നതും ഈ കവികളെ, കവി

ത്രയത്തെ പരിചയപ്പെടുത്താൻ തന്നെയായിരുന്നു. ആദ്യം ചെറുശ്ശേരി. "ചിലർക്ക് *കൃഷ്ണഗാഥ*യെക്കുറിച്ച് അറിയാം." അദ്ദേഹം തുടർന്നു. "ചെറുശീലുകളും, നറുതേൻ ഗാഥയും മലയാളത്തിനു സമ്മാനിച്ച ചെറുശ്ശേരി നമ്പൂതിരി. ഇനി അദ്ദേഹത്തെ മറക്കരുത്. രൂപം മനസ്സിൽ ഉറയ്ക്കണം. ഏതു മഹാന്മാരെ കണ്ടാലും അവരെ ഓർത്തു വയ്ക്കണം. ഉദാഹരണത്തിന് നിങ്ങൾക്ക് ഇപ്പോൾ ഗാന്ധിജിയെ അറിയാം, എ പി ജെയെ അറിയാം, യേശുദാസിനെ അറിയാം. ഒ എൻ വി യെ അറിയാം. അതുപോലെ."

രണ്ടാമത്തെ ചിത്രംചൂണ്ടി അദ്ദേഹം പറഞ്ഞു. "ഇതു കുഞ്ചൻ. കുഞ്ചൻ നമ്പ്യാർ. കച്ച മണി കിലുങ്ങി പൊട്ടിച്ചിരിപ്പിച്ച് അരങ്ങു നിറഞ്ഞ മഹാപ്രതിഭ. തുള്ളലിന്റെ ഉപജ്ഞാതാവ്. ചിരിയെ ചരിതമാക്കിയവൻ. കുടുകുടെ ചിരിപ്പിച്ചവൻ!" ആർദ്രയ്ക്ക് അതിയായ സന്തോഷം. എഴുതിവച്ചിരുന്ന പേരിനുമപ്പുറം ഇവരെക്കുറിച്ച് വലുതായിട്ടൊന്നും അവൾക്ക് ഇതേവരെ അറിഞ്ഞുകൂടായിരുന്നു.

ഇനി മൂന്നാമത്തെയാൾ എഴുത്തച്ഛൻ. നമ്മുടെ അച്ഛനെ നമ്മൾ മാനിക്കുംപോലെ ഇദ്ദേഹത്തെയും ബഹുമാനിക്കണം. നമ്മുടെ ഭാഷയുടെ പിതാവായ എഴുത്തച്ഛൻ. എഴുത്തിന്റെയും ഭാഷയുടെയും അതിലൂടെ നമ്മുടെയും പൂർവ്വ പിതാമഹൻ!

ഗിരിസാർ ഉറക്കെ വിളിച്ചു. "എന്റെ മക്കളേ, എഴുത്തച്ഛനെ നിങ്ങൾ കണ്ടോ?" എഴുത്തോലയ്ക്കപ്പുറം എവിടെയോ അദ്ദേഹം ഇരിപ്പുറപ്പിച്ചിട്ടുണ്ട്. അതിനുമുമ്പിൽ വണങ്ങിക്കോളൂ. മനസ്സ് മുമ്പിൽ വച്ച് നമസ്കരിച്ചോളൂ. ആ വഴിയിലൂടെ സഞ്ചരിക്കാൻ തയ്യാറായിക്കോളൂ. കണ്ണും ചെവിയും തുറന്ന് പഞ്ചേന്ദ്രിയങ്ങൾ കൊണ്ട് അനുഭവിച്ചറിഞ്ഞോളൂ.

"ഇവരാണ് നമ്മുടെ ജന്മസുകൃതം. നല്ല വാക്കുകൾ മാത്രം പറഞ്ഞവർ. നല്ല ചിന്തകൾ മാത്രം കൊണ്ടു നടന്നവർ, നന്മയിലേക്ക് നമ്മെ നയിച്ചവർ. ഈ ലോകത്തെയും പരലോകത്തെയും കവിതയിലൂടെ കാണിച്ചു തന്നവർ." ആർദ്രയ്ക്ക് മനസ്സ് നിറഞ്ഞു. ചെറുശ്ശേരിയുടെ ചിത്രമുള്ള പുസ്തകം തന്നെയാണ് അന്നവൾ ലൈബ്രറിയിൽ നിന്നെടുത്തത്.

ആകാശത്തോളം, താരങ്ങൾക്കൊപ്പം

"**അ**മ്മേ അമ്പിളിമാമൻ വലിയ വട്ടത്തിൽ മാനത്തുണ്ട്. ഈ തൂനിലാവിന്റെ രഹസ്യം എനിക്ക് മനസ്സിലായി." കേശുവിന്റെ സംശയം അമ്മയെ കുഴയ്ക്കാതിരുന്നില്ല. അമ്മയുടെ മറുപടിയിൽ അവനു തൃപ്തി വന്നില്ലെന്നറിയാമായിരുന്നിട്ടും അമ്മ പറഞ്ഞു.

"നക്ഷത്രങ്ങളുമുണ്ട് നമുക്ക് നുറുങ്ങ് വെട്ടം പകരാൻ." അവർ ഏത് നാട്ടിലാണ് വാസമെന്നായി കേശു.

"അവരുടെയും വീട് ആകാശം തന്നെ പക്ഷേ, അവരിപ്പോൾ കണ്ണടച്ചു കിടപ്പാണെന്നേയുള്ളൂ. കേശുവിനോട് അമ്മ പറയാറില്ലേ. എല്ലാം കൺതുറന്ന് കാണണമെന്ന്....?

അവർ വരിവരിയായി മാനത്ത് വരും. അവർക്ക് ധാരാളം കഥകൾ പറഞ്ഞു തരാനും കഴിയും. ഭൂമിയെക്കുറിച്ച്, ആകാശത്തെക്കുറിച്ച്, മനുഷ്യനെക്കുറിച്ച് ഇങ്ങനെ നാനാതരം കഥകൾ." "അവർ സഞ്ചാരികളാണോ അമ്മേ?" "അതേ ഭാവനയിലൂടെ അവർ സഞ്ചരിക്കുകയും നമ്മൾ മനുഷ്യരെ ആ ലോകത്തേക്ക് സഞ്ചരിക്കാൻ പ്രേരിപ്പിക്കുകയും ചെയ്യാറുണ്ട്."

സന്ധ്യാകാശത്ത് നക്ഷത്രങ്ങൾ മിഴി തുറന്നു തുടങ്ങി, അന്തിവിണ്ണിന്റെ ഉമ്മറത്ത് അവർ എത്തി നോക്കുകയായി.

"അമ്മേ ഈ കാണുന്നതിനുമപ്പുറം വേറെ ലോകമുണ്ടോ?" "ഉണ്ടോന്നോ? അതിനപ്പുറം ലോകമുണ്ടെന്ന് തന്നെയാണ് നക്ഷത്രങ്ങൾ പറയുന്നത്." "എനിക്കവരോടൊപ്പം സഞ്ചരിക്കണം മനസ്സു കുളുർക്കെ അവയെ കാണണം. അവരോട് സല്ലപിക്കണം." "അതിനുമെളുപ്പവഴിയുണ്ട്. ഭാവനയെ ഉണർത്തുക. ശാസ്ത്രബോധം വളർത്തുക, മനസ്സിനെ ചിന്തകൊണ്ട് നിറയ്ക്കുക. അതിലൂടെ മണ്ണിലും മാനത്തും ഭൂമിയിലും സ്വർഗ്ഗത്തിലും വിരിയുന്ന വർണ്ണ പുഷ്പങ്ങളെ കാണാം. അവയുടെ മണവും നിറവും അറിയാം. ഒപ്പം ആകാശവും അനന്തഗോളങ്ങളും കാണാം." കേശുവിന്റെ കണ്ണുകൾ വിടർന്നു. വായുവിലേക്കൊരു യാത്ര ഭാവനയുടെ വിമാനത്തിൽ. എല്ലാം അവന് ഇഷ്ടമായി.

കൂടെ കളിക്കാൻ അമ്പിളിമാമൻ

കുട്ടികൾക്കും പ്രായം ചെന്നവർക്കും എന്നുവേണ്ട സർവ്വ ജനത്തിനും ഇഷ്ടപ്പെട്ട കാഴ്ചയാണ് അമ്പിളിമാമൻ. ദേവനന്ദ അമ്മയുടെ ഒക്കത്തിരുന്ന് അമ്മാമനെ പലപ്പോഴും കൈനീട്ടി വിളിച്ചിരുന്നതായി 'ബാ വരായ്' എന്ന ശബ്ദത്തിൽ അമ്മ പറയുമ്പോൾ അവൾക്ക് നാണവും വരാറുണ്ട്.

പാപ്പം തരാമെന്നു പറഞ്ഞു കണ്ണിറുക്കിയും, പല്ലില്ലാത്ത മോണ കാട്ടി ചിരിച്ചും, അമ്പിളിമാമനെ വിളിക്കുമ്പോൾ വരാത്തത് ഓർത്ത് അവൾ സങ്കടപ്പെട്ടിട്ടുമുണ്ടത്രേ!

മുതിർന്നു തുടങ്ങുമ്പോഴും അവൾ അമ്പിളിമാമനെ മാനത്തു പരതും. കണ്ണെത്തുംദൂരംവരെ പാതി നിരാശപ്പെട്ട ദിവസങ്ങളും ഉണ്ടായിരുന്നു. ഓരോ ദിവസവും മാറി മാറി പ്രത്യക്ഷപ്പെടുന്നതിനാൽ മാനത്തു ധാരാളം വീടുകളുള്ള ആളാണ് മൂപ്പരെന്നും ദേവനന്ദ കരുതിയിട്ടുണ്ട്.

ഒരുദിവസം അപ്പൂപ്പനോടവൾ ചോദിച്ചു. ഈ അമ്പിളിമാമൻ എന്താണ് പതിവായി വരാത്തത്. ചിലപ്പോൾ വരാതിരിക്കുന്നത്?

ഏതിനും ഒരു കഥയിലൂടെ ഉത്തരം പറയുന്ന അപ്പൂപ്പൻ പതിവു തെറ്റിച്ചില്ല. മാത്രമല്ല ദേവനന്ദയുടെ ഇഷ്ടം മറ്റൊന്നല്ലെന്നും അദ്ദേഹത്തിനറിയാമായിരുന്നു.

അപ്പൂപ്പൻ പറഞ്ഞു തുടങ്ങി. അവൾ ചെവി കൂർപ്പിച്ചിരുന്നു.

നിന്റെ ചേട്ടൻ റിങ്കു കുഞ്ഞായിരിക്കുന്ന കാലം അയലത്തെ ആമിന, രമ്യ, ചിക്കു, അച്ചു, ചിന്നു ഫാത്തിമ എന്നിവരോടൊപ്പം കളിക്കാനായി അമ്പിളിമാമൻ ഇവിടെയെത്തുമായിരുന്നു. വിവിധതരം പലഹാരങ്ങളുംവച്ച് നീട്ടിവിളിച്ചപ്പോൾ അതിന്റെ രൂപവും മണവുമറിഞ്ഞ കൊതിയൻ അമ്മാമൻ താഴേക്കിറങ്ങി. പിന്നീട് പലപ്പോഴും കുട്ടികൾ വീടുകളിൽ പോകാൻ ഏറെ വൈകിയാൽ ഊടുവഴികളിലും പറമ്പിലും വെട്ടം കാണിക്കാൻ അമ്പിളിമാമൻ എത്തിയിരുന്നു.

പിന്നീടൊരിക്കൽ താഴെയിറങ്ങിയ അമ്മാമൻ കൂട്ടുകാരെയെല്ലാം തൊട്ടു തലോടി. ആകാശപ്പൊയ്കയിലും നക്ഷത്രതാഴ്വാരങ്ങളിലും അവരെ കൊണ്ടു പോകാമെന്നേറ്റു.

അപ്പൂപ്പന്റെ കഥ കേട്ടവൾ ആകാംക്ഷയോടെ ഇരുന്നു.

ഒരുദിവസം അവർ അമ്പിളിമാമന്റെ ഇഷ്ടങ്ങൾ ചോദിച്ചു. ഓരോരുത്തരും പേരു പറയണമെന്നായി. കൂട്ടത്തിൽ കറുമ്പനായ അവളുടെ ചേട്ടനെ നോക്കി 'കറുമ്പാ'യെന്ന് അനിയത്തിയെ 'കുറുമ്പീ'ന്നും വിളിച്ചും കറുമ്പി കുറുമ്പുകാരിയാണ്. വലിയ വെളിച്ചക്കാരനായതിന്റെ അഹങ്കാരമാണ്. അത്രയൊന്നും പാടില്ല! അവളുടെ ചേട്ടനാകട്ടെ പെരുത്ത സന്തോഷത്തോടെ ചിരിച്ചു നിന്നതേയുള്ളൂ.

എല്ലാവരും മിടുക്കർ. അമ്പിളിമാമൻ അവരെ അഭിനന്ദിച്ചു. പലരും കുശലം ചോദിച്ചു. "ഇങ്ങനെ നടന്നാൽ കാലുകഴയ്ക്കില്ലേ.

"സൂര്യനമ്മാവൻ സ്വന്തമാണോ നക്ഷത്രങ്ങളെ തൊട്ടിട്ടുണ്ടോ?"

മേഘങ്ങൾക്കെന്താത്ര വാശി? ഇടയ്ക്കിടെ അവരെന്തിനാണ് മാമനെ മറയ്ക്കുന്നത്? ആ 'വിമാനത്തിൽ കയറിയിട്ടുണ്ടോ?' ഇങ്ങനെ.

എല്ലാത്തിനും വിശദമായി ഉത്തരം കൊടുത്തു ആനകേറാമലയിലും ആടു കേറാമലയിലും കടലിനു മേലെയും വൃക്ഷങ്ങളെ തഴുകിയും സഞ്ചരിച്ച അനുഭവങ്ങൾ വിശദീകരിച്ചു.

ഒരുദിവസം നിർബ്ബന്ധം സഹിക്കാതെ വന്നപ്പോൾ കുട്ടികൾക്കൊപ്പം പന്തുകളിച്ചു. ഇടയ്ക്കിതുവഴിവന്ന ഒരു കുട്ടി പന്തു തട്ടിയെടുത്തു. ഏറെ നേരം കെഞ്ചി – ഒടുവിൽ ദേഷ്യം വന്ന കുട്ടി പന്ത് വലിച്ചൊരേറു കൊടുത്തു. അത് മുഖത്ത് തന്നെ കൊണ്ടു. മാമന് വേദനിച്ചു. അമ്പിളിമാമൻ അത് കാര്യമാക്കിയില്ല. എന്നാലും ആ ഏറിയുടെ പാട് ഇന്നും ആ മുഖത്തുണ്ട്.

ദേവുവിന് ഇപ്പോഴാണ് അച്ഛൻ കാട്ടിക്കൊടുത്ത ആ കറുപ്പ് എങ്ങനെയുണ്ടായതെന്ന് മനസ്സിലായത്. അപ്പൂപ്പൻ തുടർന്നു. ഇടയ്ക്ക് തോർത്തുകൊണ്ടു മുഖം മറച്ച് മാമനെ നോക്കി.

കുട്ടികളോട് കളിക്കാനുള്ള ഇഷ്ടം അതിലും തീർന്നില്ല. അങ്ങനെയിരിക്കെ ഒരുദിവസം കട്ടെടുത്ത പന്ത് പലതവണ ചോദിച്ചിട്ടും കൂട്ടുകാർ കൊടുത്തില്ല.

മറ്റൊരു സൂത്രത്തിലൂടെ പന്തു കൈക്കലാക്കിയ അമ്പിളി മാമൻ അതുമായി ആകാശത്തേക്ക് പാഞ്ഞു. കുട്ടികൾക്ക് സങ്കടമായി. അവർ കരഞ്ഞുവിളിച്ചു.

സൂര്യദേവൻ വിവരം അറിഞ്ഞു. കുട്ടികളെ വേദനിപ്പിച്ചതു ശരിയായില്ലെന്നു പറഞ്ഞ് കുറച്ച് പരിഭവിക്കുകയും ചെയ്തു. “ഇനി ഭൂമിയിലേക്ക് പോകേണ്ട” എന്ന താക്കീതും കൊടുത്തു. അത് അമ്മാമനും സങ്കടമുണ്ടാക്കി. ഇതിനൊരു അയവ് ആവശ്യപ്പെട്ട് സൂര്യദേവനോട് ഒരഭ്യർത്ഥന കൂടി നടത്തി.

ഒടുവിൽ ഒരു നിർദ്ദേശത്തോടുകൂടി അനുമതി നല്കി. രാത്രികാലങ്ങളിൽ ആകാശത്തുകൂടി ഉള്ള സഞ്ചാരമാവാം മണ്ണിലേക്കിറങ്ങേണ്ട. കുട്ടികളോടുള്ള കളിയും വേണ്ട. ആകാശത്തു നിന്നായാലും തന്റെ കൂട്ടുകാരെ കാണാമല്ലോ എന്ന സന്തോഷം കൊണ്ട് അമ്പിളിമാമൻ തൃപ്തനായി.

ഏറുകൊണ്ട ദിവസമാണ് ഭൂമിയിൽ ആകെ ഇരുട്ട് പരത്തുന്ന ‘അമാവാസി’യായിത്തീർന്നത്. ഇത് മനഃപൂർവ്വമല്ല സൂര്യദേവന്റെ നിർദ്ദേശം അനുസരിച്ചാണ്. കുട്ടികളായാലും ആലോചിക്കാതെ പ്രവർത്തിക്കരുത് എന്ന് താക്കീതു നല്കാനായിരുന്നു ഈ നിർദ്ദേശം നല്കിയത്. തിരിച്ചുവരാൻ അനുമതി നല്കിയതിന്റെ സന്തോഷമാണ് പൗർണ്ണമി ആയിത്തീർന്നത്.

പൂർണ്ണ പ്രകാശത്തോടെ അന്ന് അമ്പിളിമാമൻ ആകാശത്തെത്തുന്നു. വെളുത്തവാവ് എന്നറിയപ്പെടുന്നത് ഈ ദിവസമാണ്.

ഇരുളും വെളിച്ചവും പരത്തി അമ്പിളിമാമൻ ഇപ്പോഴും സഞ്ചരിക്കുന്നുണ്ടെന്നും കുട്ടികളെ നോക്കിയും അവരുടെ കുസൃതിയോർത്തും ചിരിക്കുന്നുണ്ടെന്നും അപ്പൂപ്പൻ പറഞ്ഞു നിർത്തും മുമ്പുതന്നെ ദേവനന്ദ ഉറക്കത്തിലേക്ക് വീണിരുന്നു.

മിഠായി മാന്ത്രികം

പള്ളിക്കൂടം തുറന്നു. എല്ലാവരും പുത്തനുടുപ്പുകളും പേനയും പുസ്തകങ്ങളുമായെത്തി. ഫാത്തിക്ക് ബർത്ത്ഡേയും ബാപ്പ വന്നതും ഇന്നലെയായിരുന്നു. അവളുടെ സന്തോഷം ഇരട്ടിച്ചു. ഉമ്മയോട് പറഞ്ഞിരുന്നതനുസരിച്ച് കുറേ മിഠായി അവൾക്ക് ബാഗിൽ വച്ചിരുന്നു.

കൂട്ടുകാർ പരസ്പരം കുശലം പറഞ്ഞു; ഫാത്തിമയുടെ വിശേഷങ്ങൾ അവരുടെ കൂട്ടുകാരിൽ ചിലർ നേരത്തെ അറിഞ്ഞിരുന്നു. മിഠായിയും അവർ പ്രതീക്ഷിച്ചു. കഴിഞ്ഞ വർഷം അവൾ മിഠായി കൊണ്ടുവന്നിരുന്നു.

അങ്ങനെ പള്ളിക്കൂടവും പരിസരവും ഉണർന്നു. കൂട്ടുകാരുടെ കലപില. അവധിക്കാല വിശേഷങ്ങൾ പങ്കുവയ്ക്കൽ അങ്ങനെ നേരംപോയി. കുറച്ചുനേരം കൂട്ടത്തിൽനിന്നു പോയ ഫാത്തിമ ഒരു പൊതിയുമായെത്തി. 'കൂട്ടുകാർ ഹാപ്പി ബർത്ത് ഡേ' ആശംസിച്ചു. ഓരോന്നായി അവൾ പകുത്തു നല്കി. ഒടുവിൽ ഒരെണ്ണം ബാക്കിയായി. അപ്പോഴേക്ക് മൂന്നു പേർ ഒപ്പം കൂടി. അവൾ കുഴങ്ങി. ഇനി മുറിച്ചു കൊടുക്കാനേ കഴിയൂ. അതും സാദ്ധ്യമല്ല. ഇടിച്ചു പൊടിക്കണം. അവൾ ഒരു കല്ലിന്റെ മേൽ മിഠായിവച്ച് മറ്റൊരു കല്ലു കൊണ്ടിടിച്ചു. ഇടിയുടെ ശക്തി

യിൽ മിഠായി തകർന്നു തരിപ്പണമായി. അതിന്റെ ഓരോ കഷണവും പൂഴിമണ്ണിൽ പൂഴ്ന്നും പോയി. അവൾക്ക് സങ്കടമായി.

കൂട്ടുകാർ ഓരോ മിഠായിക്കഷണങ്ങൾ കട്ടെടുത്തു എന്നാണ് അവൾ കരുതിയത്. കരച്ചിലോട് കരച്ചിൽ. ബർത്ത് ഡേ സങ്കടത്തിൽ മുങ്ങിയതിൽ കൂട്ടുകാരും ദുഃഖിച്ചു. അവളെ സമാശ്വസിപ്പിക്കാൻ ആരു ശ്രമിച്ചിട്ടും ഫലം കണ്ടില്ല. മൂന്നു പേരെയും അവൾ സംശയിച്ചു. മിഠായി പൊട്ടിക്കാൻ ഇടിക്കുമ്പോൾ അവൾ കണ്ണടച്ചിരുന്നു. ഈ തക്കം നോക്കി ആരോ മിഠായി കട്ടെടുത്തതുതന്നെയെന്ന് അവൾ ഉറച്ചു വിശ്വസിച്ചു.

ഇതെല്ലാം കണ്ടുകൊണ്ട് മോഹനൻ സാർ ദൂരെ മാറി നില്ക്കുന്നുണ്ടായിരുന്നു. കരയുന്ന ഫാത്തിമ. അദ്ദേഹം വിവരം അന്വേഷിച്ചു. കൂട്ടുകാർ തന്റെ മിഠായി കട്ടെടുത്തതല്ലെന്നും പൂഴിമണ്ണിലവ പൂഴ്ന്നതാണെന്നും അദ്ദേഹം പറഞ്ഞു. പോരാഞ്ഞിട്ട് ചെറിയ ചെറിയ കുഴികൾ കാണിച്ച് അവയിൽ വിരലിട്ടു നോക്കാനും നിർദ്ദേശിച്ചു. അത്ഭുതം മിഠായിക്കഷണങ്ങൾ പൊടിപിടിച്ച് അതിനകത്തു കിടന്നിരുന്നു. കൂട്ടത്തിൽ കൊതിയനൊരുത്തൻ പറഞ്ഞു. "നമുക്കതു കഴുകിത്തിന്നാം!"

ഫാത്തിമയ്ക്ക് നാണവും സങ്കടവും വന്നു. കൂട്ടുകാർക്ക് മിഠായി എത്തിക്കാൻ മോഹനൻ സാർ ഒരു കാര്യം കൂടി ചെയ്തു. പത്തു രൂപ കൊടുത്തിട്ട് മിഠായി വാങ്ങാനുള്ള നിർദ്ദേശമായിരുന്നു അത്. അങ്ങനെ ഫാത്തിമയുടെ അമളിയും സങ്കടവും തമാശയും സന്തോഷവുമായി മാറി.

സ്വർണ്ണവാൽ നഗരി

നദിക്ക് അക്കരെ ഒരു സ്വർണ്ണമല ഉണ്ടെന്ന വാർത്ത പരന്നു. അതിഭയങ്കരമായ ഒഴുക്കും ആഴവും പാറക്കൂട്ടവും ഉണ്ടായിരുന്നിട്ടും വാർത്ത കേട്ടയുടൻ സ്ത്രീ പുരുഷ ഭേദമില്ലാതെ ആ പുഴയിലേക്ക് കൂട്ടത്തോടെ എടുത്തുചാടി.

ചടപടോന്ന് ചാടിയവരിൽ അക്കരെയെത്തിയവർ വളരെക്കുറച്ച് പേർ മാത്രം. ഇക്കരെയാരും എത്തിയതുമില്ല. കൈക്കോടോലികളും വീട്ടുപകരണങ്ങളും ചാക്കുകളുമായാണ് അധികം പേരും ആറ്റിലേക്ക് എടുത്തുചാടിയത്.

ആളുകൾ എത്രയും പെട്ടെന്ന് അക്കരെയെത്താനുള്ള ശ്രമം തുടർന്നുകൊണ്ടേയിരുന്നു! സ്വർണ്ണമല്ലേ അതും ഒരു വൻമല!

വർഷങ്ങൾക്കുശേഷം സ്വർണ്ണമലയിൽ നിന്നെന്നു പറഞ്ഞ് ഒരാൾ നാട്ടിൽ വന്നത് വലിയ വാർത്തയായി. ചുറ്റും നിരന്നവർ അയാളെ പരിശോധിച്ചു. സ്വർണ്ണത്തിന്റെ തരിപോലും കണ്ടെത്താനായില്ല. അരിശം മൂത്ത ചിലർ ആയുധങ്ങൾകൊണ്ട് അയാളെ ആക്രമിച്ചു. സ്വർണ്ണം ഒളിപ്പിച്ചിട്ടുണ്ടോ എന്ന് അറിയാനായിരുന്നു ആ ശ്രമം.

അത്ഭുതമെന്നേ പറയാനാവൂ. രക്തത്തിനു പകരം സ്വർണ്ണക്കട്ടികളായിരുന്നു അടർന്നു വീണത്. ഇതുകണ്ട് ഓരോ അവയവങ്ങളായി നിന്നവർ മുറിച്ചുമാറ്റി. ഫലം നിരാശ ആയിരുന്നു.

വീണ്ടും ആണ്ടുകൾ കടന്നു. ഒരുസംഘം ആളുകൾ നദി മുറിച്ചു കടന്നുവരുന്നതാണ് ഗ്രാമീണർ കണ്ടത്. കൂടിനിന്നവർ അവരെ വളഞ്ഞുവെച്ചു. കരയ്ക്ക് കയറുന്നതനുസരിച്ച് അവർ പല ജീവികളായി മാറിക്കൊണ്ടിരുന്നു. പട്ടി, പൂച്ച, എലി, ഇങ്ങനെ ചെറുതും വലുതും. ഇവ ഒരു ദയയുമില്ലാതെ കണ്ട വരെ എല്ലാം കടിച്ചു. കടിയേറ്റവർക്കെല്ലാം മുറിപ്പാടുക ളിൽനിന്നും വാലുമുളച്ച്. എല്ലാം ശരീരത്തേക്കാൾ നീളമുള്ള വാലുകൾ!

അതെല്ലാം സ്വർണ്ണവാലുകളായിരുന്നുവെന്ന പ്രത്യേക തയും ഉണ്ടായിരുന്നു. കടി ഏല്ക്കാത്തവരും വാലു മുളയ്ക്കാ ത്തവരുമായ ഗ്രാമീണർ സ്വർണ്ണവാലുകൾ മുറിച്ചെടുക്കുന്ന താണ് പിന്നെ കണ്ടത്. അവ വളരെ ശ്രദ്ധിച്ച് ചുറ്റിവച്ചു സൂക്ഷിച്ചു.

ക്രമേണ ഗ്രാമവാസികളുടെ എണ്ണം കുറയുകയും അവ ശേഷിച്ചവർ പുറത്തിറങ്ങാൻ കൂട്ടാക്കാതെയുമായി. അക്കരേക്കു കൂട്ടമായിപ്പോയതിനാൽ ഇവിടെ ജനം തന്നെ ഇല്ലെന്ന മട്ടു മായി. ഭരണാധികാരി ഈ വാർത്ത അറിഞ്ഞു. അന്വേഷണ ത്തിന് സൈനികരെ അയച്ചു. വാർത്തയറിഞ്ഞ സൈനികർ അതീവ രഹസ്യമായി പലരെയും കണ്ടുപിടിച്ച് വാൽമുറിച്ചു. ചിലരെയെല്ലാം മുമ്പിൽ ഹാജരാക്കി.

ഇതിനിടെ സൈനികരിൽ പലർക്കും കൊമ്പും വാലും മുളച്ചു. അവരതു മൂടിവയ്ക്കാൻ തൊപ്പിയും യൂണിഫോമും ഉപയോഗിച്ചെങ്കിലും അതിലൊളിപ്പിക്കാനായില്ല. സ്വർണ്ണവാ ലുള്ളവരെ ഭരണാധിപർ പ്രത്യേകം പാർപ്പിച്ചു! ഖജനാവിന്റെ നിധിയായിക്കരുതി അവരെ തീറ്റിപ്പോറ്റി. വന്നവരെ പരിശോ ധിച്ചും വാൽമുറിച്ചും കാലം കടന്നു. അപ്പോൾ ആ നഗരം ഏതാണ്ട് വാലുമുളച്ചവന്മാരുടേതായി. ഭടന്മാരുടെ ധിക്കാരം സഹിക്കാനാവാതെ അവരെ വിളിച്ചു വരുത്തി. അത്ഭുതമെന്നേ കരുതാനാവൂ; പരിശോധിച്ചവർക്കെല്ലാം സ്വർണ്ണവാൽ! അരിശം സഹിക്കാനാവാതെ തന്റെ ഉടവാളെടുത്ത് അവരുടെ വാൽ മുറിച്ചു മാറ്റി.

അത്ഭുതമിതൊന്നുമായിരുന്നില്ല. അവസാന ഭടന്റെ വാൽ മുറിച്ചു കഴിഞ്ഞതും ഭരണാധികാരിക്കും സ്വർണ്ണവാൽ മുളച്ചു! ഇപ്പോഴാകട്ടെ സ്വർണ്ണവാലുള്ളയാൾ ഭരണാധിപൻ മാത്രവും. ഒടുവിൽ ആ നഗരം സ്വർണ്ണവാൽ നഗരവും ഭരണാധിപൻ സ്വർണ്ണ വാലനുമായി അറിയപ്പെട്ടു.

മുത്തശ്ശി പാവമാണ്; നന്മയുമാണ്

പാടം വരണ്ടു. കൊയ്ത്തിനുമുമ്പ് മതിയാവോളം കതിർ കൊത്തിത്തിന്നുനടന്ന തത്തമ്മകൾക്ക് സങ്കടമായി. ഇനി എന്തു തിന്നാനാണ്.

ഒടുവിൽ ഒരു പോംവഴി കണ്ടെത്തി. പാടവരമ്പിലെ വലിയ മഹാഗണിപ്പൊത്തിൽ താമസിക്കുന്ന തത്ത മുത്തശ്ശിയെ സമീപിക്കാം. എല്ലാത്തിനും അവിടെയാണ് പക്ഷികളുടെ ആശ്രയം. കൂടുകൂട്ടുന്നതിന്, മുട്ടയിടുന്നതിന്, അടയിരിക്കുന്നതിന് എല്ലാം മുത്തശ്ശിയുടെ അനുഗ്രഹം വാങ്ങും തത്തമ്മമാർ. ഏതിനും ഒരു നിബന്ധനയുണ്ട്. കനമുള്ള ഒരു കതിര് കാണിക്കവെയ്ക്കണം. എത്ര പണിപ്പെട്ടും പക്ഷികൾ ഇതു തുടർന്നു.

തത്തമുത്തശ്ശി പൊത്തിനു സമീപത്തെ കൊമ്പത്തിരിക്കും. സഹായി ആയ തത്തയാണ് ഈ കാണിക്ക സ്വീകരിക്കുക. ആ കാണിക്കയുമായി അവൻ വലിയ പൊത്തിലേക്കിറങ്ങും. കുറച്ചു കഴിഞ്ഞാണ് പുറത്തുവരിക.

ഏറെ നാളായി തന്റെ അടുത്തേക്ക് പലരും എത്തിച്ചേരാത്തതിന് കാരണം മുത്തശ്ശി കാര്യസ്ഥനെ വിട്ട് അന്വേഷിച്ചു. വലിയ പട്ടിണിയിലും വരൾച്ചയിലുംപെട്ട് ജനങ്ങളും അതിലൂടെ പക്ഷി മൃഗാദികളുമൊക്കെ നരകിക്കുന്നതായി വിവരം കിട്ടി.

ഇതിന്റെ ഫലമായി പക്ഷിമുത്തശ്ശിക്കെതിരെ വലിയ നീക്കങ്ങൾ നടക്കുന്നതായും ആരും ഒരു കാര്യത്തിനും ഈ ഭാഗത്തേക്ക് വരേണ്ടതില്ല എന്നു തീരുമാനിച്ചതായും അറിഞ്ഞു. വിവരം അന്വേഷിക്കാൻ ഭൃത്യനെ അയച്ചു. മുത്തശ്ശിയുടെ നിർദ്ദേശപ്രകാരം വന്നതാണെന്ന വസ്തുത അറിയിക്കാൻ നോക്കുമ്പോൾത്തന്നെ തത്തക്കൂട്ടം ഭൃത്യനെ ആക്ഷേപിച്ചു.

തങ്ങളിൽനിന്നു പിടിച്ചു വാങ്ങിയ കനമുള്ള കതിർമണി കൊറിച്ച് ആ കിളവി സുഖിക്കുകയല്ലേ എന്നു ചോദിക്കുകയും എല്ലാവരും ചേർന്ന് അങ്ങോട്ടെത്താൻ ഇനി താമസമില്ലെന്ന് മുത്തശ്ശിയെ അറിയിക്കാനും അവർ നിർദ്ദേശിച്ചു.

ഉയർന്ന കൊമ്പിലിരുന്ന് നോക്കുമ്പോൾ തത്തമ്മക്കൂട്ടം വരുന്നത് തത്തമുത്തശ്ശി കണ്ടു. വന്നുടൻ കയർത്തു. വല്ലാത്ത കലപിലയായി.

ബഹളം ഒന്നടങ്ങിയപ്പോൾ തത്ത മുത്തശ്ശി സംസാരിക്കാൻ തുടങ്ങി, “ക്ഷാമം വരുമെന്ന് എനിക്കു മുൻകൂട്ടി അറിയാമായിരുന്നു” നേതൃസ്ഥാനം വഹിച്ച തത്തമ്മയ്ക്ക് ദേഷ്യം വന്നു. “എന്നാലത് ആദ്യം പറഞ്ഞുകൂടായിരുന്നോ” എന്നായി ചോദ്യം.

അതിനിപ്പോൾ എന്തുണ്ടായി. ഞാനെന്തു വേണമെന്നാണ്? ‘പപ്പും പൂടയും പറിച്ച് കൊത്തി തിന്നണം’ എന്ന് പറയാൻ വിധം ദേഷ്യം വന്നെങ്കിലും വന്നവർ അത് പറഞ്ഞില്ല.

ദുഷ്ട. തിന്നു തടിച്ച് സുഖ ജീവിതമല്ലേ എന്നും മറ്റുമായി മുറുമുറുപ്പ്. ബഹളം ഒന്നടങ്ങിയപ്പോൾ തത്തമുത്തശ്ശി പക്ഷികളെ തന്റെ പൊത്തിനു സമീപത്തേക്ക് കൂട്ടിക്കൊണ്ടുപോയി. മനസ്സില്ലാ മനസ്സോടെ തത്തമ്മകൾ കൂടെപ്പോയി! പൊത്തിലിറങ്ങി നോക്കാനാണ് ആജ്ഞ വന്നത്. ഇതിനകത്തിട്ടടയ്ക്കാനാണോ ശ്രമം എന്ന് പക്ഷികൾ സംശയിക്കാതിരുന്നില്ല. എന്തായാലും ഇറങ്ങുക തന്നെ. നേതൃസ്ഥാനം വഹിച്ച തത്തമ്മ പൊത്തിലിറങ്ങി. കണ്ട കാഴ്ചയിൽ അന്തംവിട്ടു. തങ്ങൾ കൊടുത്ത കനം വച്ച കതിരുകൾ ആ പത്തായത്തിലുണ്ട്. ഒരു മണിപോലും കൊഴിയാതെ അടുക്കിവച്ചിരിക്കുന്നു.

“ആവശ്യമുള്ളതെടുത്തു കൊള്ളൂ.” എന്ന നിർദ്ദേശം കേട്ട് അവർ അന്ധാളിച്ചു. വരും കാലത്തേക്ക് കരുതിവയ്ക്കാൻ പ്രേരിപ്പിച്ച മുത്തശ്ശിയെ വെറുതെ തെറ്റിദ്ധരിച്ചതിൽ തത്തമ്മകൾ ദുഃഖിച്ചു. അന്നത്തെ ദിവസം എല്ലാവരും ആ മരത്തിൽ അതീവ സന്തോഷത്തോടെ കഴിച്ചുകൂട്ടി. ധൂർത്തടിക്കാനുള്ളതല്ല ആഹാരമൊന്നും പാഴാക്കരുതെന്നുമുള്ള സന്ദേശം നല്കിയാണ് തത്തമ്മക്കൂട്ടത്തെ മുത്തശ്ശി യാത്രയാക്കിയത്. ചെയ്തുപോയ തെറ്റിന് മാപ്പ് ചോദിച്ചെങ്കിലും “നിങ്ങൾ തെറ്റൊന്നും ചെയ്തില്ലല്ലോ” എന്ന മറുപടിയിലൂടെ സാന്ത്വനിപ്പിക്കാനും മുത്തശ്ശി മറന്നില്ല.

ക കാ, കി കീ, കു കൂകൂ!

ഓരോ പൂക്കാലം വരുമ്പോഴും കാട്ടിൽ ഒരു കല്യാണം ആർഭാടത്തോടെ നടക്കാറുണ്ട്. ഇക്കൊല്ലവും അതിനുള്ള ഒരുക്കം തുടങ്ങി. പക്ഷി, മൃഗങ്ങളുടെ പൂർണ്ണ സഹകരണത്തോടെയാണ് ചടങ്ങുകൾ. ഇപ്പോഴത്തെ കല്യാണം കുരുവിപ്പെണ്ണിന്റേതാണ്. വണ്ണാത്തിപ്പുള്ളും കരിയിലക്കിളിയും മൈനയും ഒക്കെ ദിവസങ്ങൾക്കുമുമ്പേ എത്തിച്ചേർന്നു. കാട്ടിലുള്ള ഒരു മാവിൻ മുകളിലാണ് പന്തൽ. പന്തൽ എന്നാൽ പുഷ്പങ്ങൾ കൊണ്ട് കമനീയമാക്കിയ പൂപ്പന്തൽ.

കല്യാണ ദിവസമായി. ക്ഷണിക്കപ്പെട്ട സദസ്സിനുവേണ്ടി കച്ചേരി ആരംഭിച്ചു. കുയിലിന്റെയും പ്രാവിന്റെയും പാട്ടുകച്ചേരി. വേഴാമ്പലിന്റെ ഓടക്കുഴൽ വിളി. താളം കൊട്ടിയതാകട്ടെ മരംകൊത്തിയും!

ഇത് ആസ്വദിച്ചിരുന്ന വണ്ടത്താൻ മൂളിപ്പാടി. പുതുരാഗങ്ങളുമായി കാറ്റുമെത്തി, കാട്ടരുവിയുടെ കുരവ മുഴങ്ങിയതും ചടങ്ങുകൾ ആരംഭിച്ചു.

അതുവഴി പറന്നുപോയ കാക്ക ഈ രംഗം വീക്ഷിച്ചു. തന്നെ ക്ഷണിക്കാതെ ഒരു കല്യാണം! ദൂരെ കുളക്കരയിൽ നോക്കിയപ്പോൾ തന്റെ കൂട്ടത്തിൽപ്പെട്ട ഒരു കരിങ്കോഴി ഇതൊന്നുമറി

യാതെ ഇരിപ്പുണ്ട്. അടുത്തെത്തി കാക്ക കാര്യങ്ങൾ ഉണർത്തിച്ചു. നത്ത്, മൂങ്ങ തുടങ്ങി ചിലരേയും വിവരം അറിയിച്ചിട്ടില്ലായിരുന്നു പാവം കുരുവി ഇതൊന്നും മനഃപൂർവ്വം ചെയ്തതല്ല. കാട്ടിൽ ഒരു വിളംബരം നേരത്തെ നടത്തിയിരുന്നു. അധികമായി കാടു കാണാത്ത, നാട്ടിൽ ചുറ്റിത്തിരിയുന്ന കാക്ക അത് അറിഞ്ഞിരുന്നില്ല. നത്തും മൂങ്ങയും രാത്രികാലങ്ങളിൽ മാത്രം ഇറങ്ങുന്നവരാകയാൽ അവരെ അറിയിക്കാൻ കഴിഞ്ഞില്ല.

പകലിറങ്ങാത്ത നത്തും മൂങ്ങയുംവരെ പ്രതിഷേധിക്കാനിറങ്ങി. കാട്ടുമരത്തിലെ കച്ചേരി പൊളിക്കാനവർ തീരുമാനിച്ചു. അതിമനോഹരമെന്ന സ്വയം വിലയിരുത്തലോടെ അടുത്ത മരത്തിൽ കൂട്ടംചേർന്ന് അവർ പാടി. കാ കാ! കി കീ! കു കൂ കൂ!

മുരിങ്ങപ്പൂമണം

മുരിങ്ങച്ചുവട്ടിലിരിക്കാൻ സീതയ്ക്ക് ഇഷ്ടമാണ്. ഒരു തണൽ മരമെന്ന നിലയ്ക്ക് പരിഗണിക്കാൻ കഴിയില്ലെങ്കിൽ അതിന്റെ ചുവട്ടിലെ ഇരിപ്പ് അവൾക്ക് വീടിന്റെ സാന്നിദ്ധ്യമാണ്. പൂക്കാലത്ത് നക്ഷത്രങ്ങളെപ്പോലെ കൊഴിഞ്ഞു കിടക്കുന്ന പൂവുകൾ വലിയ കൗതുകമാണ്. കല്യാണം കഴിഞ്ഞുപോയ ചേച്ചിക്കൊപ്പം ജനുവരിയിലും ഫെബ്രുവരിയിലും തലേന്നത്തെ മഴയിലും കാറ്റിലും കൊഴിഞ്ഞുവീണ പൂക്കൾ പെറുക്കി കഴുകി അമ്മയെ ഏല്പിക്കുമ്പോൾ നറുംവെണ്ണയിൽ വറുത്ത് തന്ന ഓർമ്മവരും. മഞ്ഞിൽ കുളിച്ചു കിടക്കുന്ന ആ പൂക്കൾക്കും ഒരു പ്രത്യേക ചന്തമാണ്. അതിന്റെ ചോട്ടിലിരുന്ന് അരിച്ചിറങ്ങുന്ന പ്രഭാത വെയിലും രാത്രി നിലാവും ഏറെ ആസ്വദിച്ചിട്ടുണ്ട്. കാക്കത്തമ്പുരാട്ടി ഈണമിട്ട് പാടുന്നതും ചേച്ചിക്കൊപ്പം കേട്ടും കണ്ടുമിരുന്നിട്ടുണ്ട്.

അളവറ്റ വാത്സല്യമുള്ള പണിക്കാരി അമ്മൂമ്മയുടെ മടിയിലിരുന്ന് പലഹാരങ്ങൾ കഴിച്ചും പേനെടുത്തെടുത്ത് നാടൻ ശീലുകേട്ടു മയങ്ങിയതും മുരിങ്ങച്ചുവട്ടിലെ വൈകുന്നേരങ്ങളെ ഓർമ്മിപ്പിക്കുന്നു.

കായ്ക്കാൻ തുടങ്ങിയാൽ 'ചെവിത്തയും ചെമ്മണ്ടയുമി

ല്ലാത്ത' ഈ മരം ഒരിക്കൽ കാക്കയുടെ ഭാരം കൂടിയായപ്പോൾ ഒടിഞ്ഞുവീണതും എണ്ണിയാലൊടുങ്ങാത്ത കായകൾ ചിതറിയതും ഓർമ്മ വരുന്നുണ്ട്.

കുട്ടിയായിരുന്ന ചേട്ടനും ചേച്ചിയും കൂടി ഊഞ്ഞാല് കെട്ടിയാടുമ്പോൾ കൊമ്പൊടിഞ്ഞു താഴെ വീണ കഥ അവൾ കേട്ടിട്ടുണ്ട്.

മദ്ധ്യവേനലവധിയിൽ ഈച്ചശല്യം തീർക്കാൻ അമ്മവച്ച കെണിയിൽപ്പെട്ട് വീട്ടിലെ കോഴി ചിറകനക്കാതെ പതുങ്ങിയതും ഇതേ മുരിങ്ങച്ചുവട്ടിലാണ്.

ഔഷധവീര്യമുള്ളതാണ് മുരിങ്ങയെന്നും പഠിക്കുംമുമ്പ്, അതിന്റെ ഇലയും കായും കറിയാക്കി കഴിക്കും മുമ്പ് നിലാവിനെ സ്നേഹിക്കാൻ പഠിച്ചത് ഈ മുരിങ്ങച്ചുവട്ടിലെ സൗഹൃദങ്ങളിൽ നിന്നാണ്.

പിന്നീടൊരിക്കൽ ചേച്ചി ഇതിന്റെ ഒരു ശാഖ അടർത്തി കൊണ്ടുപോയതും ഈ ഓർമ്മകളുടെ തിളക്കത്തിലാവാം. സീതയ്ക്ക് മുരിങ്ങ ഇങ്ങനെയെല്ലാമാണ്. അവളുടെ കവിതകളിലെല്ലാം മുരിങ്ങയുടെ തലോടലുണ്ടെന്ന് കവിതക്കമ്പക്കാരനായ മാമൻ ഓർമ്മിപ്പിച്ചിട്ടുണ്ട്. അഞ്ചാം ക്ലാസിൽവച്ച് ഉപജില്ലാ മത്സരത്തിന് അവൾക്ക് കവിത എഴുതാൻ കിട്ടിയ വിഷയവും 'മുരിങ്ങച്ചുവട്ടിൽ' എന്നതായിരുന്നു. ഒന്നാം സ്ഥാനവും 'എ' ഗ്രേഡും എന്ന് മൈക്കിലൂടെ കേൾക്കുമ്പോൾ അവൾ വീണ്ടും പഴയ കാര്യങ്ങളെല്ലാം ഓർത്തെടുക്കുകയായിരുന്നു.

സ്വപ്നം കണ്ടാൽ പോര!

എ പി ജെ അബ്ദുൾ കലാമിന്റെ വാക്കുകൾ അപ്പാടെ നടപ്പിലാക്കാൻ കൊച്ചു സൈമൺ തീരുമാനിച്ചു. അവനത് കൂട്ടുകാരോട് ഇടയ്ക്കിടെ പറയും. കൂട്ടുകാർ അത്ര കാര്യമാക്കിയില്ല. കാരണം അവനല്പം 'പുളൂസ'നായിരുന്നതു തന്നെ.

റോക്കറ്റ് എഞ്ചിനീയറായ എ പി ജെ ഇന്ത്യൻ പ്രസിഡന്റായതൊന്നും അവനറിഞ്ഞു കൂട. എന്നാൽ അവനറിയാവുന്നത് 'സദാ സ്വപ്നം കാണണം' എന്ന ആഹ്വാനം മാത്രം. അവൻ പല പ്രസംഗങ്ങളിലും കേട്ട് കാണാതെ പഠിച്ചതാണ് എപ്പോഴും സ്വപ്നം കാണണമെന്ന ഉപദേശം.

സൈമൺ പല കഥകളിലും സ്വപ്നം കാണുന്നവരെക്കുറിച്ച് കേട്ടിട്ടുണ്ട്. അതിന്റെ കുറുക്ക് വഴികളാണ് ഈയിടെയായി അവൻ തേടുന്നത്. ആരോട് സംസാരിച്ചാലും ഒടുവിൽ സ്വപ്നത്തെക്കുറിച്ചും സ്വപ്നം കാണുന്നരീതിയെക്കുറിച്ചും അന്വേഷിക്കുക പതിവായിരുന്നു.

അടുത്തിടെയായി അവന്റെ പ്രവൃത്തികൾ ശ്രദ്ധിച്ച അച്ഛനമ്മമാർ ചില സ്വഭാവ വ്യത്യാസങ്ങൾ മനസ്സിലാക്കി. ഇരിക്കുന്ന ഇരിപ്പിൽ കണ്ണടയ്ക്കുക, ഉറക്കം വരുന്നുവെന്നു ഭാവിക്കുക, നേരത്തെ കിടന്നുറങ്ങുക ഒക്കെ പതിവായി.

ആഗ്രഹം സാധിക്കണമെങ്കിൽ സ്വപ്നം ഉണ്ടാവണം. എപ്പോഴും ആ സ്വപ്നത്തെ താലോലിക്കണം എന്നൊക്കെ അവന്റെ ക്ലാസ് ടീച്ചറും കൂടെക്കൂടെ പറഞ്ഞിരുന്നു.

അവൻ കരുതിയത്, സ്വപ്നം എന്നത് ഒരു പ്രത്യേക വ്യക്തിയാണെന്നും ഉറക്കത്തിൽ വന്നുകൊള്ളുമെന്നും കാണുന്നത് സാധിച്ചു തരുമെന്നുമൊക്കെയാണ്. എല്ലാം മനസ്സിൽവച്ച് ചിന്തിച്ചുറച്ച് ഒരു ലിസ്റ്റ് തയ്യാറാക്കി. അതിന് ഒരു മുൻഗണനയും തയ്യാറാക്കി. പിന്നീട് അത് കാണാതെ ഉരുവിട്ടു. സ്വപ്നദേവൻ വന്ന് എപ്പോൾ ചോദിച്ചാലും ആവശ്യങ്ങൾ പറയാൻ പാകത്തിന്.

എല്ലാവരെയുംപോലെ അതിമോഹമവനില്ലായിരുന്നുവെന്നു പറയാം. സൈമന്റെ ലിസ്റ്റിങ്ങനെ. 'ഒന്നാമത്, ഒരു പലഹാരക്കടക്കാരനാവണം, രണ്ട് ഒരു ഡോക്ടർ, മൂന്ന് വാഹനക്കച്ചവടക്കാരൻ, നാല് ഗുസ്തിക്കാരൻ.'

അച്ഛനമ്മമാർ അവന്റെ നോട്ടുബുക്ക് പരിശോധിച്ച് ഒന്ന്, രണ്ട്, മൂന്ന്, നാല് ഇങ്ങനെ തിരിച്ച് കുറേ കാര്യങ്ങൾ.

ഇടയ്ക്ക് ഒരു ദിവസം സ്കൂളിന് അവധിയായിരുന്നു. അന്ന് നല്ല സ്വപ്നങ്ങൾ പ്രതീക്ഷിച്ച് ഉച്ചയോടെ ഒന്നുറങ്ങി... അച്ഛൻ നോക്കുമ്പോൾ അവൻ എന്തെല്ലാമോ പറയുന്നു. അപ്പക്കച്ചവടം, ഡോക്ടർ, ബുള്ളറ്റ്, ഗുസ്തി ഇങ്ങനെ.... അച്ഛൻ തട്ടിവിളിച്ചു.... അവൻ ഉണർന്നെങ്കിലും ഓർമ്മ വന്നിട്ടില്ല. എഴുന്നേറ്റ് വണ്ടി സ്റ്റാർട്ടാക്കുന്ന ശബ്ദമുണ്ടാക്കി....

സൈമൺ മനസ്സിലാക്കിയത് വേറൊന്നുമില്ല. സ്വപ്നം കണ്ടാൽമതി. ജീവിതം മെച്ചമാവും എന്നായിരുന്നു. ഒന്നും പഠിക്കാതെയും പ്രവർത്തിക്കാതെയും അവൻ സ്വപ്നങ്ങളിൽ മാത്രം മുഴുകി.... ഒടുവിലാണ് അവന്റെ വിചാരങ്ങൾ തെറ്റാണെന്നും സ്വപ്നം കണ്ടാൽ പോര അതിനെ വരുതിയിലാക്കാൻ പ്രയത്നം വേണമെന്നുമവന് ബോദ്ധ്യം വന്നത്. തുടർന്നവൻ സ്വപ്നങ്ങളെയും പ്രവൃത്തിയേയും വേർതിരിച്ചു കണ്ടു. കഠിനമായ പഠനവും പ്രയത്നവും ജീവിതവഴിയിലെ വിജയത്തിനാവശ്യമാണെന്നും മനസ്സിലാക്കി. ആരെങ്കിലും പറയുന്നത്

അപ്പടി വിശ്വസിക്കരുതെന്ന് മനസ്സിലാക്കാൻ ആ കുഞ്ഞു മനസ്സിന് പെട്ടെന്ന് കഴിഞ്ഞു. ഉപദേശിക്കുന്നവർക്കും ഇതൊരു പാഠമായിരിക്കട്ടെ എന്ന് അവന്റെ അച്ഛനും അമ്മയും കരുതി. അന്നുതന്നെ അവന് അമ്മ *ജസീക്ക കോക്സിന്റെ കഥ പറഞ്ഞു കൊടുത്തു. അവളുടെ സ്വപ്നം പൂവണിഞ്ഞ കഥയും.

അച്ഛൻ ഒരു കൂട്ടുകാരനുമാണ്

'അമ്മ ഒരു കൂട്ടുകാരിയുമാണ്', സ്കൂൾ ചുമരിലെ പോസ്റ്ററിൽ ചിരിക്കുന്ന ഒരമ്മയേയും അത്രയ്ക്ക് വളർന്ന ഒരു മകളേയുംകണ്ട് യാമിനിയും ചിരിച്ചു. നിമിഷങ്ങൾക്കകം അവളുടെ സന്തോഷം മാഞ്ഞു. അച്ഛനാണ് അവളുടെ കൂട്ടുകാരൻ. അങ്ങനെ ഒരു പടം വരാത്തതിലായിരുന്നു അവളുടെ സങ്കടം!

അവളെ കുളിപ്പിക്കുന്നതും തല ചീകിക്കൊടുക്കുന്നതും യൂണിഫോം ധരിപ്പിക്കുന്നതും ചോറൂട്ടുന്നതും എല്ലാം അച്ഛനാണ്. പിറ്റേദിവസം സ്കൂളിലെത്തുമ്പോൾ അവളുടെ ക്രയോൺ ഉപയോഗിച്ച് പറ്റുംവിധം അച്ഛനേയും മകളേയും വരച്ചു. മുകളിൽ വലിയ വലിപ്പത്തിൽ ഇങ്ങനെ എഴുതി 'അച്ഛൻ ഒരു നല്ല കൂട്ടുകാരനുമാണ്.' എല്ലാവരുമെത്തും മുമ്പ് സ്കൂളെത്തുന്ന അവളുടെ പുതിയ സൃഷ്ടി വളരെ പണിപ്പെട്ട് ചുമരിൽ പതിച്ചു.

കുട്ടികളെത്തി: എല്ലാവരെയും പോസ്റ്റർ ഏറെ ആകർഷിച്ചു. ക്ലാസിലെ ചർച്ച അതായി. ടീച്ചർ വന്നു. യാമിനിക്ക് പേടിയായി. ടീച്ചർ ശകാരിച്ചാലോ.

വാർത്ത ഇതിനകം തന്നെ ടീച്ചർ അറിഞ്ഞിരുന്നു. ചുമര് കേടാക്കരുതെന്ന് എന്നും പറയും. പക്ഷേ, കുട്ടികൾ അതിൽ

തന്നെയാണ് എല്ലാ കരവിരുതും കാണിക്കുന്നത്. ഹെഡ്മാസ്റ്റർക്കാണെങ്കിൽ ഇതിനോട് വെറുപ്പുമാണ്. പല ചിന്തകളുമായാണ് ടീച്ചർ ക്ലാസിലെത്തിയത്. കുട്ടികൾ പടത്തിന് ചുറ്റും കൂടി നില്പുണ്ട്. തലേന്നത്തെ 'അമ്മ കൂട്ടുകാരിയുമാണ്' എന്ന ചിത്രവും തന്നെ നോക്കിച്ചിരിക്കുക തന്നെ.

അത്ഭുതം ഉളവാക്കുന്ന ചിത്രം. ടീച്ചറും കൺകുളിർക്കെ കണ്ടു. അമ്മയില്ലാത്ത യാമിനിയെക്കുറിച്ച് ടീച്ചർക്ക് നന്നായറിയാമായിരുന്നു. ജനിച്ചു കുറച്ചു ദിവസങ്ങൾ കഴിഞ്ഞ് അവളുടെ അമ്മ മരിച്ചുപോയതും ടീച്ചർക്കറിയാം. അച്ഛന്റെ പരിചരണത്തിൽ വളർന്ന അവളുടെ കലാവിരുതും മനസ്സും കണ്ടറിഞ്ഞ ടീച്ചർ അവളെ വിളിച്ചു വരുത്തി അഭിനന്ദിച്ചു. ഈ സന്ദർഭത്തിൽ രണ്ടുപേരും കരച്ചിലടക്കാൻ ഏറെ പാടുപെട്ടു. അച്ഛനെക്കുറിച്ചു തന്നെയായിരുന്നു ഇരുവരും അപ്പോൾ ചിന്തിച്ചതും. ടീച്ചർക്കും അനാഥ ബാല്യം ഏല്പിച്ച് അമ്മ നേരത്തേ മരണപ്പെട്ടിരുന്നു. ആ ദുഃഖം അവർക്ക് നന്നായി അറിയാമായിരുന്നു. ഒപ്പം അച്ഛന്റെ സാന്ത്വനങ്ങളും...

കാരുണ്യത്തിന്റെ ആൾരൂപങ്ങൾ

മീശമാമനെക്കുറിച്ച് ചേട്ടന്മാർ പറയുന്ന കഥകൾക്ക് വളരെ പ്രാധാന്യമുണ്ടെന്ന് അൽഫിയയ്ക്ക് തോന്നിയിട്ടുണ്ട്. തന്റെ ഉപ്പ എന്തുകൊണ്ടാണ് അത്തരം കാര്യങ്ങൾ ചെയ്യാത്തതെന്നും അവൾ സംശയിക്കാറുണ്ട്. പിന്നീട് ഓർക്കുമ്പോൾ ഉപ്പയ്ക്ക് അത്രയും ചെയ്യാൻ കെല്പില്ലല്ലോ എന്ന് അവൾ തിരിച്ചറിയാറുണ്ട്.

മീശമാമൻ സ്കൂളിനടുത്ത് ചായക്കട നടത്തുന്ന ആളാണ്. വലിയ മീശയും വലിയ രൂപവുമാണ് മീശമാമന്റേത്. ഘോഷയാത്രയിൽ കണ്ട മാവേലിയെപ്പോലെയെന്ന് കഥ കേട്ടു കേട്ടവൾ തീർച്ചപ്പെടുത്തി. ഒന്നു കാണണമെന്നാശിച്ചാണവൾ ചേട്ടനോടൊപ്പം ഒരിക്കൽ സ്കൂളിൽപ്പോയത്. സുന്ദരിയായ ഒരമ്മൂമ്മയെയാണ് ആദ്യം കണ്ടത്. കുളിച്ച് പൊട്ടു തൊട്ട് തൂവെള്ള വസ്ത്രം! കൂട്ടായി മീശമാമൻ. മീശ കണ്ടപ്പോഴേ ഒന്നു ഞെട്ടിയെങ്കിലും ചിരി കണ്ടപ്പോൾ ജീവൻ വീണു. ചെന്നുടൻ ഒരു പരിപ്പുവട നീട്ടി. "ആദ്യം വന്നതല്ലേ. മോൾ കഴിച്ചോളൂ." അമ്മൂമ്മയുടെ വക സ്വീകരണം.

അഞ്ചാം ക്ലാസിൽ പഠിക്കുമ്പോഴാണ് ചേട്ടൻ മീശമാമനെ പരിചയപ്പെടുന്നത്. കണ്ണാടി ഇട്ട അലമാരയിൽ മുകളിലത്തെ

തട്ടിൽ പലഹാരങ്ങൾ. രണ്ടു തട്ടുകളിൽ സ്കൂൾക്കുട്ടികളുടെ പൊതിച്ചോറ്. എല്ലാവർക്കും കുടിക്കാനും കൈകഴുകാനും വെള്ളം, അമ്മൂമ്മ ദൂരെനിന്ന് ചുമന്നുകൊണ്ട് വരുന്നതാണ് വെള്ളം. എന്നാലും ഒരു കുറവും വരുത്താതെ വിതരണം ചെയ്യും.

ഉച്ച ഊണിനിരിക്കുമ്പോൾ കുടിക്കാൻ വെള്ളം, ഒഴിക്കാൻ പരിപ്പ്, സാമ്പാർ ഇവയിൽ ഒന്ന് പരിശോധിച്ച് കൃത്യമായി നല്കിയിരിക്കും. ഇവിടെ എല്ലാ ദിവസവും ഒന്ന് രണ്ടുപേരുടെ പൊതി കാണാതാവും. മാമന് സംഗതി അറിയാം. പക്ഷേ, കട്ട വനെ പിടിക്കാൻ മിനക്കെടാറേയില്ല. ചോറു കണ്ടില്ലെന്നു ചില രെങ്കിലും പറഞ്ഞതനുസരിച്ച് എല്ലാവരെയും വിലക്കാനും മാമനും അമ്മൂമ്മയും തയ്യാറായിട്ടില്ല.

പൊതി നഷ്ടപ്പെട്ടവന്റെ വിശപ്പറിയുന്ന അവർ പലഹാ രവും കറിയും വയറു നിറച്ചു നല്കും. ചിലപ്പോഴൊക്കെ ഉപ ദേശിക്കും ചോറിൽ പേരെഴുതി വയ്ക്കണം. കൂട്ടുകാർ പതി വായി പേരെഴുതിയാലും പൊതി കാണാതാവും.

ഉച്ചയൂണിന് നിവൃത്തിയില്ലാത്തവരാരോ ബെല്ലടിച്ചയുടൻ ഓടിയെത്തി കട്ടെടുത്തതാണെന്നും, ഇവിടെ ചില സൗജന്യ ങ്ങൾ ഉള്ളതറിഞ്ഞ് ചിലർ കള്ളം പറയുന്നതാണെന്നും അവർ ക്കറിയാം. ഇത് രണ്ടും അവരന്വേഷിച്ചിരുന്നില്ല. പതിവായി രണ്ടു പേരെയെങ്കിലും ഊട്ടിയാണ് അവർ തൃപ്തരായത്. അതിൽ തന്റെ ചേട്ടനും പെട്ടിരിക്കാമെന്ന് കുഞ്ഞാമിനയ്ക്കും അപ്പോൾ തോന്നാതിരുന്നില്ല. മീശ മാമനും അമ്മൂമ്മയും ഇന്നും വളരെ പ്രായം ചെന്നിട്ടും സുഖമായി ജീവിക്കുന്നു. ഏതോ ചേട്ടന്മാ രുടെ പ്രാർത്ഥനയും പലരെയും അന്നമൂട്ടിയ സുകൃതവുമാകാം ഇതിനു കാരണമെന്ന് നാട്ടുകാരെല്ലാം പറയുന്നത് ശരിയാണ്.

'വീണ എന്ന വിസ്മയം'

വൃത്തിയുള്ള വീടാണ് വീണയുടേത്. ഇത്തിരിമുറ്റത്തൊത്തിരി കാഴ്ചകൾ. മനോഹരമായി പൂക്കൾ വിരിഞ്ഞ വിവിധ ചെടികൾ. പപ്പായമരം, പേര, ചാമ്പ ഇങ്ങനെ പട്ടിക നീളും. വേനലിൽപ്പോലും അവ വാടാതെ നോക്കാൻ മുത്തശ്ശിയും ഒപ്പം കൂടും. അയൽപ്പക്കത്തെ സോനുവിന്റെ കുളത്തിൽനിന്ന് വെള്ളമെടുക്കാം. അതിനായി വീണയുടെ വീടിനേക്കാൾ ഉയരത്തിൽ ഉള്ള കുളത്തിൽനിന്ന് ഒരു ഹോസ് മാത്രം മതി! വലിയ പാത്രത്തിൽ ശേഖരിച്ചും ഹോസിന്റെ അറ്റത്തെ അടപ്പ് ഇളക്കിയും ജലസേചനം സാദ്ധ്യമാണ്. അതുകൊണ്ടുതന്നെ കണ്ണുതപ്പിയാൽ അനിയത്തി കൂടി ഈ ഹോസുപയോഗിച്ച് ചെടി നനയ്ക്കുക മാത്രമല്ല പല പ്രാവശ്യം കുളിക്കുകയും ചെയ്യാറുണ്ട്.

വേനലും മഴയും ഒന്നും വീണയുടെ പൂന്തോട്ടത്തിൽ നാശം വരുത്തിയിട്ടില്ല. മാവിലേക്കു പടർന്ന മുല്ല പലവട്ടം പൂക്കും. വെളുവെളുത്ത മൊട്ടുകൾ വിടരുംമുമ്പ് ശേഖരിച്ച് മാല ചൂടാൻ അനിയത്തിക്ക് ഇഷ്ടമാണ്. പൂമാല തയ്യാറായാൽ അവൾ അത് തലയിൽവച്ച് കണ്ണാടിക്കു മുമ്പിൽനിന്ന് ചന്തം നോക്കും. തലയാട്ടിയും ചരിച്ചും ഭംഗി വിലയിരുത്തും. കുഞ്ഞുമുഖത്തെ സന്തോഷം ഒന്നു വേറെ.

വീണയുടെ പൂന്തോട്ടം പള്ളിക്കൂടത്തിൽ പ്രസിദ്ധമാണ്. പള്ളിക്കൂടത്തിൽ പല ചെടികളും അവൾ കൊണ്ടുചെന്ന് ചെടിച്ചട്ടിയിൽ വച്ച് അവളുടെ പേരെഴുതി സൂക്ഷിക്കുകയും വീട്ടിൽനിന്നു വരുമ്പോൾ വെള്ളം കൊണ്ടുവന്നു നനയ്ക്കുകയും ശീലമാക്കി. ഈ പ്രവൃത്തി എല്ലാവർക്കും ഇഷ്ടമായി. ഒന്നാം ക്ലാസിൽ തുടങ്ങിയ പൂന്തോട്ട നിർമ്മാണത്തിൽ വീണയുടെ പങ്ക് വലുതാണ്. ഇപ്പോൾ പതിനഞ്ചോളം ചെടികളിൽ അവളുടെ പേരു പതിഞ്ഞിട്ടുണ്ട്. ഈ പരിസ്ഥിതി ദിനത്തിൽ അവളെ പ്രത്യേകം ആദരിക്കുകയും ഒന്നാം ക്ലാസിന് മുമ്പിലായി നട്ട ഇലഞ്ഞിക്ക് അവളുടെ പേര് നല്കുകയും ചെയ്തു. ഇത് പത്രങ്ങളിൽ തലക്കെട്ടായി. സ്കൂൾ വാർഷികത്തിന് അവളെ അഭിനന്ദിച്ച് വിശിഷ്ടാതിഥികൾ സംസാരിക്കാനും മറന്നില്ല.

വീണയ്ക്ക് ഈ അംഗീകാരം കൂടുതൽ ഊർജ്ജം പകർന്നു. സ്കൂളിൽനിന്നും വളരെ ദൂരെയല്ലാത്ത ഒരു ചെടി വില്പനശാലയിലേക്ക് അവൾ ക്ഷണിക്കപ്പെട്ടു. ഇഷ്ടമുള്ള പത്തിനം ചെടികൾ അവൾക്കു നല്കുവാൻ തോട്ടക്കാരൻ തയ്യാറായി. അച്ഛന്റെ സാന്നിദ്ധ്യത്തിൽ അവൾ വാർത്ത കേട്ട് തുള്ളിച്ചാടി. ഇതിൽ അഞ്ചെണ്ണം സ്കൂളിലേക്ക് എന്ന് അവൾ തീരുമാനിച്ചു. വീണയുടെ സന്തോഷം മനസ്സിലാക്കിയ തോട്ടക്കാരൻ അവളുടെ പേരെഴുതി സൂക്ഷിച്ചിരുന്ന പൂച്ചട്ടി ചൂണ്ടിക്കാണിച്ചു പറഞ്ഞു. “ഇത് മോളുടെ വലിയ മനസ്സിന് മാമന്റെ ഉപഹാരം ഇത് ഇവിടെ ഇരിക്കും. വരുന്നവരോടെല്ലാം മാമൻ വീണമോളെക്കുറിച്ച് പറയുകയും ചെയ്യും.”

അടുത്ത ദിവസം ഒരു ഓട്ടോറിക്ഷയിൽ അഞ്ചു ചെടിച്ചട്ടികളുമായി വന്നിറങ്ങിയ വീണ വീണ്ടും വാർത്തയിൽ ഇടംപിടിച്ചു! അസംബ്ലി കൂടുന്ന സ്കൂൾ മുറ്റത്ത് അഞ്ചു പുത്തൻ ചെടിയും ചട്ടിയും. ഇക്കുറി അതിശയം മറ്റൊന്നായിരുന്നു. അവളുടെ ക്ലാസിലെ മിടുക്കരായ അഞ്ചുപേരുടെ പേരായിരുന്നു ആ ചെടിച്ചട്ടികളിൽ എഴുതിയിരുന്നത്. ആദിത്യ, ആദിൽ മുഹമ്മദ്, ഫാത്തിമ, ജറിൻ, സച്ചു. കൂട്ടുകാർ അതുകണ്ട് അതിശയിച്ചു.

ടീച്ചർമാർ അങ്ങേയറ്റം അവളെ പ്രശംസിച്ചു. ഓരോരുത്തരായി ചെടിയും ചട്ടികളുമായി സ്കൂളിലെത്തുമ്പോൾ ഇവർ സന്തോഷിക്കുന്നതും ഒപ്പം മുഖം വിഷാദം നിറയുന്നതും വീണ പലപ്പോഴും ശ്രദ്ധിച്ചിരുന്നു. ബുദ്ധിമുട്ടുള്ള വീട്ടിലെ ആ കൂട്ടുകാർക്ക് ചെടിച്ചട്ടി വാങ്ങുക എളുപ്പമായിരുന്നില്ല.

ഹെഡ്മിസ്ട്രസും പി ടി എ പ്രസിഡന്റും വീണയോടു ചോദിച്ചു. “ആരാണീ ഉപദേശം തന്നത്?” അവൾ പറഞ്ഞ മറുപടി “ആരും പറഞ്ഞതല്ല, എന്റെ സ്വന്തം ഇഷ്ടം” എന്നായിരുന്നു. അച്ഛനും അമ്മയ്ക്കും ഇതു കേട്ടപ്പോഴേ സന്തോഷം! അന്നത്തെ അസംബ്ലിയിൽ വീണ അഞ്ച് കൂട്ടുകാരെയും വിളിച്ചു വരുത്തി അരികിൽ നിർത്തി. സ്കൂൾ ക്യാമറയിൽ ചിത്രങ്ങൾ തെളിഞ്ഞു. വാർത്ത അറിഞ്ഞെത്തിയ രക്ഷാകർത്താക്കളുടെ മൊബൈൽ ഫോണിൽപ്പതിഞ്ഞ ചിത്രങ്ങൾ നിമിഷനേരം കൊണ്ട് നാടെങ്ങും ‘ഷെയർ’ ചെയ്യപ്പെട്ടു. വീണ വിസ്മയമായി. കൂട്ടുകാർ സന്തുഷ്ടരും. ഈ പ്രവൃത്തിയിലൂടെ കൂട്ടുകാരുടെ ഇടയിൽ പുതിയ ഒരു സന്ദേശമായും അടയാളമായും വീണയെന്ന കൂട്ടുകാരി മാറി. അന്നത്തെ അസംബ്ലിയിൽ വീണ്ടും താരമാകുമ്പോൾ അവൾ നട്ടുവളർത്തിയ ചെടിത്തലപ്പുകൾ കാറ്റിലാടി അവളെ മാടി വിളിക്കുകയായിരുന്നു.

എലിക്കെണി

മറിയത്തിന്റെ വീട്ടുവളപ്പിലെ നാട്ടുമാവ് പ്രസിദ്ധമാണ്. എല്ലാ കൊല്ലവും തലമറന്ന് കായ്ക്കും! മാമ്പഴക്കാലമായാൽ മണം മൂക്കിനെ മദിക്കും. കൂട്ടുകാർക്കെല്ലാം മാമ്പഴം സൗജന്യമാണ്. വർഷത്തിലൊരിക്കൽ മാമ്പഴപ്പുളിശ്ശേരി കൂട്ടി ഒരൂണും കൂട്ടുകാർക്കായി അമ്മ തരപ്പെടുത്തും. അതിന്റെ സ്വാദും പ്രസിദ്ധമാണ്.

കൂട്ടുകാർ മാമ്പഴം കല്ലിൽ ചെറുതായി തല്ലി തല്ലി അകത്ത് കുഴമ്പു രൂപത്തിലാക്കും. ഒടുവിൽ മാമ്പഴത്തിന്റെ ചുണ്ട് പല്ലുകൾ കൊണ്ട് ചെറുതായി കടിച്ചു മുറിക്കും. ഈമ്പിക്കുടിക്കുമ്പോൾ അത് തരുന്ന രുചി മാങ്കോ ജ്യൂസിനെ വെല്ലുന്നതു തന്നെയായിരിക്കും. കൂട്ടുകാർക്ക് ഇതൊരു വിനോദവും രുചികരമായ പാനീയവുമാണ്. ഇതെല്ലാം പറഞ്ഞുകൊടുക്കാൻ കൃഷിക്കാരനായ അപ്പൂപ്പൻ ഒപ്പം കൂടും. വിവിധതരം മാമ്പഴമുള്ള കൃഷിത്തോട്ടത്തിൽ ഒപ്പം നടന്ന് കൂട്ടുകാർ മാമ്പഴം തിന്ന് വയറു നിറച്ച ദിവസങ്ങൾ അനേകമാണ്.

നാട്ടുമാവിന്റെ ചുവട്ടിൽ കല്ലിടുക്കിൽ തീരെച്ചെറിയ പൊത്തുകളുണ്ട്. അതിൽ രണ്ടുപേർ സ്ഥിരവാസക്കാരാണ്. അരണയും ഓന്തും. മിണ്ടീം പറഞ്ഞും അവർ ഏറെനേരം തല

പുറത്തിട്ട് ഇരിക്കും. കൂട്ടത്തിൽ കണ്ണിൽപ്പെടുന്ന ചെറുപ്രാണികളെ ശാപ്പിടും. വിശിഷ്ട ഭക്ഷണങ്ങളായി കൃമികീടങ്ങളും വന്നുപെടും. മഴയും കാറ്റും ഏല്ക്കാതെ വെയിൽ കൊള്ളാതെ അവർ ഇരതേടും. വിശ്രമ വേളകളിൽ സൗഹൃദം ഇരട്ടിപ്പിച്ച് അങ്ങനെ കഴിയുമ്പോൾ മൂന്നാമൻ ഒരാൾ കൂടി പരിസരവാസിയായി. മാഞ്ചുവട്ടിലെ കല്ലിനിടയിൽനിന്നും മണ്ണുചൊരിയുന്നത് കണ്ടാണ് അവന്റെ സാന്നിദ്ധ്യം ഇവർ മനസ്സിലാക്കിയത്. തെല്ല് അങ്കലാപ്പോടെ അവർ മൂന്നാമനെ വീക്ഷിച്ചു. സൂക്ഷ്മ നോട്ടത്തിൽ അത് എലി ആണെന്ന് തിരിച്ചറിഞ്ഞു!

ഓന്തും അരണയും ഉറക്കത്തിലാവുമ്പോൾ മൂക്കു വെളിയിൽ വച്ച് മണം പിടിച്ച് തിളങ്ങുന്ന കണ്ണുകൾ തുറിച്ച് പരിസരം വിലയിരുത്തി എലി മെല്ലെ മാളത്തിൽ നിന്നിറങ്ങും. നേരെ പോകുന്നത് മുത്തച്ഛന്റെ കൃഷിത്തോട്ടം ലക്ഷ്യമാക്കിയാണ്! മത്തൻ, മരിച്ചീനി ഇങ്ങനെ എന്തും കരണ്ടു തിന്നുന്നത് അവന്റെ ഇഷ്ടവും വിനോദവും ആയിരുന്നു.

വീട്ടിലെ പൂച്ച പലദിവസം ഉറക്കമിളച്ചെന്നാലും സമർത്ഥനായ ചുണ്ടെലി അവന്റെ കണ്ണിൽപ്പെടാതെ സഞ്ചരിക്കാൻ പ്രത്യേകം സാമർത്ഥ്യം നേടിയിരുന്നു. മഴയും വെയിലുമൊന്നും കൂസാതെ അവൻ തന്റെ തൊഴിൽ വളരെ മിടുക്കോടെ മുന്നോട്ടു കൊണ്ടുപോയി.

പള്ളിയിലെ നേർച്ചയ്ക്കു നിർത്തിയ കുല പാകമാകുംമുമ്പ് കുത്തിമറിച്ചതാണ് മുത്തച്ഛനെ ദേഷ്യം പിടിപ്പിച്ച പ്രധാന സംഭവം! വളരെപ്പെട്ടെന്ന് തന്നെ അക്രമിയെ അദ്ദേഹം കണ്ടെത്തി. ഇവനെ ഒരു പാഠം പഠിപ്പിക്കുക തന്നെ! ഇനി ഇതു വച്ചു പൊറുപ്പിക്കില്ല. കോപം മൂത്ത അദ്ദേഹം പല പദ്ധതികൾ മനസ്സിൽ കണ്ടു.

ഓന്തും അരണയും പലപ്പോഴായും ഈ വിവരം എലിയോടു പറയാൻ ശ്രമിച്ചെങ്കിലും അവൻ പിടികൊടുത്തില്ല. ആവശ്യം പോലെ ഭക്ഷിക്കാനുള്ളതുകൊണ്ട് വയർ വീർപ്പിച്ചു പുലരുംമുമ്പ് മാളത്തിലെത്തി പകലുറക്കമായിരുന്നു പതിവ്.

കൗശലക്കാരനായ എലിയുടെ പ്രവൃത്തികൾ സാധുക്ക

ളായ ഓന്തിനും അരണയ്ക്കും തീരെ പിടിച്ചില്ലെന്നു മാത്രമല്ല തങ്ങളെക്കൂടി സംശയിച്ചാലോ എന്നും അവർ പേടിച്ചു.

കണക്കു തെറ്റാത്ത കണിശക്കാരനായ മുത്തച്ഛൻ തന്ത്രങ്ങൾ ആവിഷ്കരിച്ചു. മാളത്തിനരികിൽ വിഷം പുരട്ടി ചില ആഹാര പദാർത്ഥങ്ങൾ ഒളിപ്പിച്ചു വച്ചു. വള്ളികളിലെ കായ്കനികൾ മനസ്സിൽ കണ്ടുവരുന്ന അവനാകട്ടെ ഇതിലൊന്നും ശ്രദ്ധിച്ചില്ല. നേരെ വരുന്നു ഇഷ്ടപ്പെട്ടവയിൽ മെച്ചപ്പെട്ടവ അകത്താക്കുന്നു. അടുത്ത ദിവസത്തേക്കുള്ളവ ചെറുതായി കാർന്ന് അടയാളപ്പെടുത്തി തിരിച്ചുപോകുന്നു.

കപ്പയും ചേമ്പും കരണ്ട എലി മത്തനും കരണ്ടത് അദ്ദേഹത്തെ ചൊടിപ്പിച്ചു. വൈകുന്നേരം നേരത്തേ എത്തി അവന്റെ വരവു വഴിയും കണ്ടെത്തി. മാളത്തിൽ നിന്നിഴഞ്ഞ് കൃഷിയിടത്തിലെത്തുന്ന വഴി നന്നേ തെളിഞ്ഞുകിടന്നത് അപ്പൂപ്പന്റെ കണ്ണിൽപ്പെട്ടു.

കാർഷിക വിഭവങ്ങൾ വാങ്ങുകയും വില്ക്കുകയും ചെയ്യുന്ന സ്ഥാപനത്തിൽനിന്ന് അദ്ദേഹം ഒരു എലിപ്പത്തായം വാങ്ങി. ആദ്യ ദിവസം മാളത്തിനരികിൽ കളിവച്ചു. പിറ്റേന്നു വന്നു നോക്കുമ്പോൾ ഒരു ചലനവും ഇല്ലാതെ തലേന്നത്തെ അതേ അവസ്ഥയിൽ ഉണ്ട്.

അരണയും ഓന്തും ഭയപ്പെട്ടു. എന്തോ അപകടം മണത്ത ആ സാധുക്കൾ അതിനടുത്തുപോലും പോയില്ല! എന്നാൽ ഭയം ഒട്ടും മാറിയതുമില്ല. അടുത്ത പ്രഭാതത്തിൽ എലിപ്പത്തായവുമെടുത്ത് അപ്പൂപ്പൻ എലിയുടെ മാളത്തിന് ഏകദേശം അടുത്തായി കൊണ്ടുവച്ചു. പിറ്റേന്നു നോക്കുമ്പോൾ കെണിവച്ച കരുവാടുതല നിശ്ശേഷം ഉറുമ്പരിച്ചതായി കാണപ്പെട്ടു. തെല്ലു നിരാശയും അതിനേക്കാൾ അരിശവും വന്ന അദ്ദേഹം തന്റെ പാതി തിന്ന മത്തങ്ങയുടെ അടുത്തായി എലിപ്പത്തായം ഉറപ്പിച്ചു. കനം കുറഞ്ഞ ഒരു കഷണം മത്തൻ എലിപ്പത്തായത്തിന്റെ വാതിൽ തുറന്ന് അകത്ത് കെണി വച്ചു....

തലേന്ന് പുലരുവോളം കാർന്നു തിന്ന രുചിയും മണവും തിരിച്ചറിഞ്ഞ എലി നേരേ എലിപ്പത്തായത്തിലെ ആഹാര

പദാർത്ഥം ആർത്തിയോടെ കൊത്തി. വലിയ ശബ്ദത്തോടെ എലിപ്പത്തായം അടയുന്നത് മുത്തച്ഛൻ കേട്ടു. ടോർച്ചുമെടുത്ത് വരുമ്പോൾ രണ്ടു മിനുങ്ങുന്ന കണ്ണുകൾ യാചനാ ഭാവത്തിൽ തിളങ്ങി. വാല് അപ്പോഴും അനക്കം വച്ചിരുന്നു. ഒന്നും നോക്കാതെ എലിപ്പത്തായമെടുത്ത് തോട്ടത്തിലിരുന്ന ബക്കറ്റിലെ വെള്ളത്തിൽ മുക്കിവച്ചു. ഒരു വലിയ ശല്യം തീർന്നതിൽ അപ്പൂപ്പൻ സന്തോഷിച്ചു....!

പിറ്റേന്നു മുതൽ എലിയെക്കാണാതായ ഓന്തും അരണയും അവൻ കെണിയിൽപ്പെട്ടതു തന്നെ എന്നു തീർച്ചപ്പെടുത്തി!

നിലാവിലിറങ്ങിയ കുഞ്ഞിപ്പൂച്ച

കണ്ണുതുറന്നിറങ്ങിയ കുഞ്ഞിപ്പൂച്ചയ്ക്ക് അമ്മ എന്നും കൂട്ടായിരുന്നു. പ്രസവിച്ചു വയ്ക്കോൽ കൂനയിൽ സുരക്ഷിതത്വം പോരെന്നു തോന്നിയപ്പോൾ അവളെ കടിച്ചെടുത്ത് വീടിന്റെ ചായ്പിലെ ചാക്കുകൾക്കിടയിൽ കൊണ്ടുവച്ചു. അവൾ അവിടെയിരുന്ന് കൗതുകക്കാഴ്ചകൾ കണ്ടു.

അവിടത്തെ വാസവും നീണ്ടില്ല. അരുന്ധതിയുടെ അമ്മ കണ്ടുപിടിച്ച് ഇരുവരെയും പുറത്താക്കി. കാലിത്തൊഴുത്തിനകത്തെ കോഴിപ്പുരയ്ക്കു സമീപം കൂട്ടിയിട്ടിരുന്ന വയ്ക്കോലിൽ സുഖവാസമായി. വയ്ക്കോൽച്ചൂടും അമ്മച്ചൂടും ഏറ്റ് പാൽ കുടിച്ച് കുഞ്ഞിപ്പൂച്ച സുഖമായുറങ്ങി.

പിറ്റേന്നത്തെ പകൽ പുറത്തിറങ്ങുമ്പോൾ അരുന്ധതിയെക്കണ്ടു. അമ്മപ്പൂച്ച സ്നേഹത്തോടെ അവളെ ഉഴിഞ്ഞു! കൈകൊണ്ട് മെല്ലെത്തടവി സൂത്രത്തിൽ കുഞ്ഞിയെ അവൾ എടുത്തു. അമ്മയ്ക്കും എതിർപ്പില്ല. അവൾ പൂച്ചക്കുട്ടിയെയും എടുത്ത് വീട്ടിനകത്തേക്കു കയറി. അമ്മയും കൗതുകത്തോടെ നോക്കി. വീട്ടിൽ നിന്നിറക്കി വിട്ടെങ്കിലും അമ്മയ്ക്ക് അവളോട് പ്രത്യേക ശ്രദ്ധ ഉണ്ടായിരുന്നുവെന്ന് പൂച്ചമ്മയ്ക്ക് അറിയാമായിരുന്നു. ആ സ്നേഹം ഇരുവരും പങ്കുവച്ചു.

അരണ്ടവെളിച്ചത്തിൽ വൈകുന്നേരം മുറ്റത്തെത്തുമ്പോൾ അവളുടെ കുഞ്ഞിക്കണ്ണുകൾ തിളങ്ങി. അവൾ കാൽ വയ്ക്കുന്നിടത്തൊക്കെ കുഞ്ഞിപ്പൂച്ചയും കാൽ വച്ചെത്തി. ഇടയ്ക്കു തളരുമ്പോൾ അവൾ എടുത്തുയർത്തി മാറോടു ചേർത്തു. ഇതെല്ലാം അമ്മപ്പൂച്ച കാണുകയും ശ്രദ്ധിക്കുകയും ചെയ്തിരുന്നു!

അധികം പഠിക്കാനുണ്ടായിരുന്നതിനാൽ തുടർന്ന് പല ദിവസങ്ങളിലും സന്ധ്യക്ക് അവളോടൊപ്പം കളിക്കാൻ അരുന്ധതി മിനക്കെട്ടില്ല. കുഞ്ഞായിരുന്നതിനാൽ പൂച്ചക്കുഞ്ഞിനും അത് വേവലാതിയുണ്ടാക്കിയില്ല. മാത്രമല്ല, തന്നെക്കളിപ്പിക്കാൻ അമ്മപ്പൂച്ച വാലുമിന്നിച്ചും ചെറുതായനക്കിയും പല വേലകളും കാണിച്ചു രസിപ്പിക്കുകയും ചെയ്തുകൊണ്ടിരുന്നു. ക്ഷീണം വരുമ്പോൾ പാൽ കുടിച്ച് അവൾ ഉറങ്ങി.

പൂച്ച പാൽ കുടിക്കുമ്പോൾ കണ്ണിറുക്കി അടയ്ക്കുമെന്ന് കേട്ടിട്ടുള്ള അരുന്ധതി പലപ്പോഴും കുഞ്ഞിപ്പൂച്ചയുടെ ഉറക്കം കെടുത്തിയിരുന്നു. അവൾ ഉറങ്ങുമ്പോഴും ഉറക്കം നടിക്കുകയാണെന്നവൾ കരുതി!

ദിവസങ്ങൾ കടന്നുപോയി. അമ്മയറിയാതെ ചില കുസൃതികൾ കുഞ്ഞി ഒപ്പിച്ചു. മുറ്റത്തുകിടന്ന പുന്നക്കായ ഉരുട്ടിയും ബോളിന്റെ മേൽ രണ്ടു കൈകൾ കയറ്റിവച്ചും അവൾ ഉരുണ്ടു കളിച്ചു. കൂട്ടത്തിൽ കണ്ണിൽപ്പെടുന്ന ചെറുജീവികളെ കുഞ്ഞി കൈകൊണ്ട് അടിച്ചു പിടിക്കാനും രുചിച്ചുനോക്കാനും തുടങ്ങി!

അങ്ങനെ ഒരു രാത്രിയിൽ കുനുകുനെ മിന്നുന്ന മിന്നാമിനുങ്ങുകളെ അവൾ ആദ്യമായി കണ്ടു. ആ കൗതുകം അവളെ തെല്ലകലെയുള്ള കുറ്റിക്കാട്ടിലേക്കു കൂട്ടിക്കൊണ്ടുപോയി. അവളറിയാതെ വീടിന്റെ പരിസരം വിട്ടുള്ള ആദ്യയാത്ര! വർദ്ധിച്ച അതിശയം, കണ്ടിട്ടു മതിവരാത്ത കാഴ്ചയിൽ അവൾ മുഴുകി. സൂക്ഷിച്ചു നോക്കുമ്പോൾ ചന്നം പിന്നം പാറുന്ന അവ തന്നെ ഒപ്പം കളിക്കാൻ വിളിക്കുന്നതായി തോന്നി.

അഞ്ചാറെണ്ണത്തെ സ്വന്തമാക്കി വീട്ടിൽ കൊണ്ടുപോയി അമ്മയെ കാണിക്കണമെന്നും ആദ്യയാത്രയിലെ അതിശയം

കണ്ട് അമ്മ തന്നെ അഭിനന്ദിക്കുമെന്നും കുഞ്ഞായ അവൾ നിനച്ചു. നേരം വൈകിയതവൾ അറിഞ്ഞില്ല. ഒറ്റ മിന്നാമിന്നി പോലും തന്റെ പക്കൽ എത്തിയതുമില്ല. വന്നവർ ഓരോരുത്തരും കുഞ്ഞിപ്പൂച്ചയെ തൊട്ടു തൊട്ടില്ല എന്നു തോന്നുംവിധം പാറിയകന്നു!

മാന്തോപ്പും കുറ്റിക്കാടും ഇരുളിൽ മുങ്ങി. വന്നവഴി അറിയാതെ അവൾ ഉഴറി. എങ്ങോട്ടു പോകണമെന്നറിയാതെ കുഴഞ്ഞു. വഴിയിൽ കാലിടറി ഭയന്നു വിളിച്ചുപോയി. പേടിച്ചു വിറച്ച് ഇരുന്നിടത്തിരുന്ന് നോക്കുമ്പോൾ വീട്ടിലെ വെളിച്ചം കാണായി. രണ്ടും കല്പിച്ചൊരോട്ടം. ഏറെദൂരം താൻ പിന്നിട്ടുവെന്ന് അവൾ അപ്പോൾ മനസ്സിലാക്കി. കുഞ്ഞിക്കാലു കുഴഞ്ഞ് ഓടിയെത്തിയ തന്റെ ഓമനയെ കണ്ട് അമ്മ സന്തോഷിച്ചു. അരികിൽ ചേർത്തു കിടത്തി പാലൂട്ടി. വളരെ വൈകാതെ രണ്ടുപേരും ഉറങ്ങുകയുംചെയ്തു.

കല്ലുമാല

പള്ളിക്കൂടത്തിൽനിന്ന് ഇക്കുറി നാലു ട്രോഫികളാണ് വിചിത്രയ്ക്ക് സമ്മാനമായി കിട്ടിയത്. അവ ചേർത്തുപിടിച്ച് തുള്ളിച്ചാടി വീട്ടിലേക്ക് ഓടി. സ്കൂളിൽനിന്ന് നടന്നെത്താവുന്ന ദൂരമേ വീട്ടിലേക്കുള്ളൂ. അന്നവൾ നിമിഷനേരം കൊണ്ട് വീടെത്തി.

വാർഷികത്തിന് സമ്മാനം കിട്ടുമെന്നും അച്ഛനമ്മമാരെ ക്കൂട്ടി എത്തണമെന്നും ക്ലാസ് ടീച്ചർ നേരത്തെ പറഞ്ഞിരുന്ന താണെന്നാലും അമ്മയ്ക്ക് അതിനു കഴിഞ്ഞില്ല. അന്ന് ചായ ക്കടപ്പണികൾ കൂടുതലാണെന്നും പണിക്കു നില്ക്കുന്ന ഹോട്ട ലിൽ പ്രത്യേകം ഓർഡറുകളുള്ളതിനാൽ എത്താനാവില്ലെന്നും വിഷമത്തോടെ അവളെ അറിയിച്ചിരുന്നു!

അവധി വാങ്ങി പോകാതിരുന്നാൽ കിട്ടുന്ന കൂലി ഒന്നിനും തികയാതെ വരുമെന്നതും അമ്മയെ പിന്തിരിപ്പിച്ചു! അമ്മ വൈകി എത്തുകയാണ് പതിവെന്നാലും അവളുടെ ഓട്ടത്തിന് വേഗം കുറച്ചില്ല. വഴിയിൽ കുശലം പറയുന്നവരോടൊന്നും പറയാൻ നിന്നില്ല. രണ്ടു കൈകൊണ്ട് ചുറ്റിപ്പിടിച്ച് നെഞ്ചോട് ചേർത്ത ട്രോഫികളിലായിരുന്നു അവളുടെ മനസ്സ്.

വീടെത്തി കിടക്കയിലായിരുന്ന അമ്മൂമ്മയോട് പറഞ്ഞിട്ടു

കാര്യമില്ല എന്നു കരുതി അവർ കിടക്കുന്ന ജീർണ്ണിച്ച കട്ടിലിന്റെ തലയ്ക്കൽ ട്രോഫികൾ ചേർത്തുവച്ചു. ഒന്നു ഞരങ്ങിയ അവർക്ക് അമ്മ ഉണ്ടാക്കിവച്ച ചോറ് കൊടുക്കാനുള്ള പുറപ്പാടായി. കൈകഴുകി വൃത്തിയായി പാത്രത്തിൽ ചോറെടുത്ത് അരികിലിരുന്ന് അമ്മൂമ്മയെ വിളിച്ചുണർത്തി!

ക്ഷീണിച്ചിട്ടെന്നാലും മോളു വന്നത് തിരിച്ചറിഞ്ഞ അമ്മൂമ്മ കിടക്കയിൽ എഴുന്നേറ്റിരിക്കാൻ ശ്രമം നടത്തി. ഇടയ്ക്കു ഞരങ്ങുകയും ചെയ്തു. ഭക്ഷണം തൃപ്തിയോടെ കഴിച്ച് പാത്രം കഴുകി വച്ച് അവളും ചോറു കഴിച്ചു. "അമ്മൂമ്മേ ദാ കണ്ടോ നാലു ട്രോഫികളാണെനിക്ക്. ചിത്രം വരച്ചതിന്, കവിത എഴുതിയതിന്, കഥ എഴുതിയതിന്, നൂറു മീറ്റർ ഓട്ടത്തിന്." എല്ലാം കേട്ടില്ലെങ്കിലും ഏതാണ്ടു കിട്ടിയതറിഞ്ഞ് അമ്മൂമ്മ സന്തോഷിച്ചു.

കട്ടിലിനരികിലിരുന്ന് സമ്മാനങ്ങൾ ഓരോന്നായി കാണിച്ച് വിവരിച്ചു. എല്ലാം എടുത്തു നോക്കി നെടുവീർപ്പിടുകയാണുണ്ടായത്. കുഞ്ഞാണെന്നാലും അമ്മൂമ്മയുടെ മനസ്സ് അവൾക്കറിയാമായിരുന്നു.

"അമ്മൂമ്മേ എന്താണ് വിചാരിച്ചതെന്ന് ഞാൻ പറയട്ടേ?" ഉറക്കെ അവൾ ചോദിച്ചു. "ങാ, മോളു പറ 'ഇതെവിടെ സൂക്ഷിച്ചുവയ്ക്കും' എന്നല്ലേ?" അമ്മൂമ്മയുടെ കണ്ണു നിറഞ്ഞു. ഷീറ്റു കൊണ്ടു തീർത്ത മേല്ക്കൂരയ്ക്ക് ചുറ്റും വലിച്ചുകെട്ടിയ ടാർപോളിൻ ഷീറ്റും കാലാവധി കഴിഞ്ഞ ഫ്ളക്സ് ബോർഡുകളും ആയിരുന്നു ആ വീടിന്റെ ഘടന. ഭിത്തിയില്ല. തറയിലെ ഒന്നു രണ്ടു തുരുമ്പിച്ച പെട്ടികൾ. അതിനകത്തും പുറത്തും തുണികളും വീട്ടു സാമാനങ്ങളും.

കണ്ണടച്ചിരുന്ന അമ്മൂമ്മ ഒന്നും ഉരിയാടിയതേയില്ല. ട്രോഫി എടുത്ത് മുഖത്തോട് ചേർത്തു. ഓരോന്നോരോന്നായി അവൾ ആ കൈകളിൽ എടുത്തുവെച്ചു.

നന്നായി പാട്ടുപാടുന്ന, രാമായണം വായിച്ചിരുന്ന, കഥകൾ പറഞ്ഞു കേൾപ്പിച്ചിരുന്ന ആ വൃദ്ധ, മത്സരത്തിന് എഴുതിയ കവിത ഒന്നു ചൊല്ലി കേൾപ്പിക്കാൻ ആവശ്യപ്പെട്ടു.

വീടില്ലാത്ത കുട്ടിക്ക് സമ്മാനമായി കുറെ ട്രോഫികൾ കിട്ടുന്നതും വാങ്ങിവച്ചിട്ട് പൊട്ടിക്കരയുന്നതും സന്തോഷക്കണ്ണീരെന്ന് ടീച്ചറും സഹപാഠികളും കരുതുന്നതും ഒടുവിൽ സമ്മാനങ്ങൾ സ്കൂളിലേല്പിച്ച് വീടു വച്ചിട്ട് കൊണ്ടുപോകാമെന്ന് പറഞ്ഞ് പടിയിറങ്ങുന്നതുമാണ് കവിതയിലെ ഉള്ളടക്കം. കവിത വായിച്ചു തീർന്ന് വിചിത്രയും കേട്ടിരുന്ന മുത്തശ്ശിയും ഏങ്ങലടിച്ചു കരഞ്ഞു.

നേരം ഇരുട്ടിത്തുടങ്ങി. ധൃതിപിടിച്ചെത്തിയ അമ്മ കൊണ്ടുവന്ന കവർ മകളെ ഏല്പിച്ചു. അമ്മയുടെ സുഖവിവരം തിരക്കി. വിചിത്രയ്ക്കു കോപവും സങ്കടവും വർദ്ധിച്ചു. സ്കൂളിൽ വരാത്തതു പോട്ടേ സമ്മാനം കിട്ടിയ വിവരം പോലും തിരക്കിയില്ലല്ലോ എന്നായി. അമ്മ അവളെ സമാധാനിപ്പിച്ചു. “മോളുടെ അമ്മയ്ക്ക് ഇതിലപ്പുറം എന്തു സന്തോഷമാണുള്ളത്. നാലു സമ്മാനങ്ങളല്ലേ. സ്കൂളിൽ ഏറ്റവും കൂടുതൽ സമ്മാനം വാങ്ങിയ കുട്ടി. ഇതാ അമ്മയുടെ സമ്മാനം.” ‘ഒരു കല്ലുമാല’ കഴുത്തിലിട്ടു കൊടുത്തു. അവൾ സന്തോഷം കൊണ്ടു തുള്ളിച്ചാടി. ട്രോഫി കിട്ടിയതിനേക്കാൾ സന്തോഷം. കാരണം മറ്റൊന്നല്ല, ഏറെ നാളായി അവൾ ഇതാഗ്രഹിച്ചിരുന്നതായിരുന്നു.

സ്കൂളിലെ സമ്മാന വിതരണം നടത്തിയത് സ്ഥലം എം എൽ എ ആയിരുന്നു. വിചിത്രയുടെ മിടുക്കും കലാവിരുതും പഠിത്തത്തിലെ സാമർത്ഥ്യവും ഹെഡ്മാസ്റ്ററും പി ടി എ പ്രസിഡന്റും എടുത്തു പറഞ്ഞു. അവൾക്ക് വീടില്ലെന്നും അമ്മയുടെ സാമ്പത്തിക പരാധീനതകൾ ഏറെയാണെന്നും സ്വകാര്യ സംഭാഷണത്തിനിടെ അവർ എം എൽ എയെ ബോദ്ധ്യപ്പെടുത്തി. സമ്മാനം വാങ്ങി പ്രസംഗം കേൾക്കാൻ നില്ക്കാതെ അമ്മൂമ്മയെ പരിചരിക്കാൻ അവൾ ഓടുമ്പോൾ സ്കൂളിൽ നടന്ന ബാക്കി വിശേഷങ്ങൾ അവൾ അറിഞ്ഞില്ല.

പിറ്റേന്ന് സ്കൂളിലെത്തുമ്പോൾ പുതിയ വാർത്ത അസംബ്ലിയിൽ കേട്ടു. എച്ച് എം ന്റെ സാന്നിദ്ധ്യത്തിൽ പി ടി എ പ്രസിഡന്റ് പറഞ്ഞു. “നമ്മുടെ വിചിത്രയ്ക്ക് സർക്കാർ വീടു വച്ചു കൊടുക്കും.” ബഹുമാന്യനായ എം എൽ എ അതിനുള്ള

സാമ്പത്തിക സഹായം തരുമെന്ന് ഉറപ്പു പറഞ്ഞിട്ടുണ്ട്. കരഘോഷങ്ങൾക്കിടക്ക് വിചിത്രയെ കൂട്ടുകാർ എടുത്തുയർത്തി. തങ്ങളുടെ കൂട്ടത്തിൽ വീടില്ലാത്തവൾ അവൾ മാത്രമാണെന്ന് കൂട്ടുകാർ അപ്പോഴാണ് അറിഞ്ഞത്. നിർത്താത്ത കൈയടിക്കിടയിൽ ഹെഡ്മിസ്ട്രസ് ഒന്നുകൂടി അറിയിച്ചു. "വിചിത്രയ്ക്ക് അയ്യായിരത്തി ഒന്നു രൂപയുടെ ക്യാഷ് അവാർഡ് ബഹുമാനപ്പെട്ട പി ടി എ പ്രസിഡന്റ് നല്കുന്നതായിരിക്കും. അതിനായി അദ്ദേഹത്തെ ക്ഷണിക്കുന്നു." വേദിയിൽ നിർത്തില്ലാതെ കൈയടി ഉയർന്നു.

ആമിയുടെ സൂര്യകാന്തി

പൂക്കൾ ആരെയാണ് സന്തോഷിപ്പിക്കാത്തത്. പ്രകൃതി അനുഗ്രഹിച്ചു നല്കുന്ന പുഷ്പങ്ങൾക്ക് ഇത്രയും ഭംഗി ചേർത്തത് ആരാണ്? ഇവയ്ക്ക് നിറം പകർന്നത് ആരാവാം? മുതിർന്നിട്ടും അൽഫോൺസയുടെ സംശയം ഇരട്ടിച്ചുകൊണ്ടേയിരുന്നു. ഇന്നേരം സംശയങ്ങളുമായി മുറ്റത്തിറങ്ങുമ്പോൾ പുതിയ അതിഥികളായി എത്തിയ റോസും ചെമ്പരത്തിയും വിടർന്നു മണവും നിറവുമായി അൽഫോൺസയെ മാടി വിളിച്ചു.

കുഞ്ഞനുജത്തി ആമി ചെടിച്ചുവട്ടിലിരുന്ന് എന്തോ കുത്തിയിളക്കുന്നുണ്ട്. ഒപ്പം മൂളിപ്പാട്ടും..... മുറ്റത്തു ഞാനൊരു മുല്ല നട്ടു.... മുല്ലപ്പൂമൊട്ടുകൾ കാറ്റിലാടി.... ഈണം മുറിയാത്ത പാട്ട് മാറിനിന്നു കേട്ടു. തല ഉയർത്തി നോക്കുമ്പോൾ ചേച്ചിയെ കണ്ടു. അവൾക്ക് സംശയങ്ങളായി. എല്ലാം പൂക്കളെക്കുറിച്ച്. മൂളിപ്പറക്കുന്ന വണ്ടുകളും പൂമ്പാറ്റയും തമ്മിൽ മത്സരിക്കുന്നുവെന്നു തോന്നുമാറ് അവ പൂക്കളിൽ ചുറ്റിപ്പറന്നു!

“ചേച്ചീ, സൂര്യനെക്കണ്ടു ചിരിക്കുന്ന സൂര്യകാന്തിക്ക് ആരാണാ പേരു നല്കിയത്. കവികളാണോ നമ്മുടെ അപ്പൂപ്പൻ തന്നെയാണോ?” “എന്താ ഇങ്ങനെ ഒരു സംശയം.” “അല്ല

സംശയിച്ചിട്ടല്ല. നല്ല പേര്. നമുക്കെന്തുകൊണ്ട് ഇങ്ങനെയൊരു പേര് വന്നില്ല?" ഹിന്ദിയിൽ ഈ പേരിൽ ഒരു കവിയുണ്ടെന്നും 'സൂര്യകാന്ത് നിരാല ത്രിപാഠി' എന്നാണവരുടെ പൂർണ്ണമായ പേരെന്നും ചേച്ചി പറഞ്ഞു! എനിക്ക് എന്റെ പേര് മാറ്റി സൂര്യ കാന്തി എന്നാക്കണം. ചേച്ചി സഹായിക്കില്ലേ എന്നായി അവൾ...

സന്ധ്യമയങ്ങുമ്പോൾ ചന്തത്തിൽ വിരിയുന്ന ആമ്പലിനെ ക്കുറിച്ചായി അവളുടെ സംശയം. ചന്ദ്രനുദിക്കുമ്പോഴാണല്ലേ ആമ്പൽ വിരിയുന്നത്? പ്രകൃതിയും ജീവജാലങ്ങളും തമ്മിൽ ഒരാത്മബന്ധം ഉണ്ടെന്നും മനുഷ്യരെ മാത്രമല്ല എല്ലാ സസ്യ ലതാദികളെയും വലിയ വാത്സല്യത്തോടെയും കരുതലോടെ യുമാണ് പ്രകൃതി സംരക്ഷിക്കുന്നതെന്നും ചേച്ചി പറഞ്ഞു കേൾപ്പിച്ചു.

പത്തു മണിക്കു കൃത്യം വിരിയുന്ന പത്തുമണിപ്പൂക്കളു ണ്ടെന്നും പണ്ടൊക്കെ ആളുകൾ സമയം നിർണ്ണയിച്ചിരുന്നത് ഇത്തരം അനുഭവങ്ങളിൽനിന്നാണെന്നും ചേച്ചി പറഞ്ഞുകൊടു ത്തു. പകലുറങ്ങുന്ന പൂക്കളെക്കുറിച്ചായി പിന്നീട് ചർച്ച.

നാലുമണിപ്പൂക്കൾ ഞെട്ടിയുണർന്ന്, പകൽ പോയല്ലോ കാണണമെന്നാഗ്രഹിച്ചിരുന്നതാണ്. തനിക്ക് അതിനുള്ള ഭാഗ്യം ഇല്ലാതെ പോയി എന്ന് ഇന്നും സങ്കടപ്പെട്ടു!

വേനലും മഴയും കൂസാതെ പൂക്കൾ വാരി വിതറി വയലറ്റ് വർണ്ണത്തിൽ പൂത്തുമറിഞ്ഞ് വാടാതെ നില്ക്കുന്ന മറ്റൊരു പൂവിനെ അൽഫോൺസ പരിചയപ്പെടുത്തി. പേരുപോലെ തന്നെ. 'വാടാമുല്ല' ചെറുമുകുളങ്ങളെ ഓർമ്മിപ്പിക്കുന്ന പരുപ രുത്ത ആ പൂവിന് വാടാമുല്ല എന്ന പേര് ഏറെ ചേരുമെന്നായി അനിയത്തി.

പല നിറങ്ങളിൽ പൂത്ത പത്തുമണി ആയുസ്സ് കുറഞ്ഞ പൂക്കളാണ്. അതിന്റെ ചുവട്ടിലെ കറുത്ത മുത്തുകൾ പോലുള്ള വിത്ത് പറിച്ചെടുത്ത് അരച്ച് സ്കൂളിൽ പോകുമ്പോൾ പൊട്ട് തൊടാൻ ഉപയോഗിച്ചിരുന്നതായി അൽഫോൺസ പറഞ്ഞു കേട്ടിട്ടുണ്ട്.

തൂവെള്ള നിറമുള്ള നിരവധി പൂക്കൾ, വയലറ്റ് വർണ്ണത്തിലും കടും ചുവപ്പിലുമുള്ള മറ്റനേകം പൂവുകൾ! നിറങ്ങളുടെ വിസ്മയമാണ് പൂക്കളുടെ ലോകം സമ്പന്നമാക്കുന്നതെന്ന തിരിച്ചറിവ് അനിയത്തിക്ക് നേരത്തെ ഉണ്ട്.

രാത്രിക്ക് ചന്തം കൂട്ടാൻ മാനത്ത് നക്ഷത്രങ്ങൾ പോരാഞ്ഞിട്ടാണോ നിശാഗന്ധികൾ വിടരുന്നതെന്ന അൽഫോൺസയുടെ സംശയം ഇപ്പോഴും ബാക്കിയാണ്. അവൾ കഴിഞ്ഞ വർഷം രാത്രി ഉറക്കമിളച്ചിരുന്ന് നിശാഗന്ധി വിരിയുന്നതു കണ്ടു. ഇത്രയും സുഗന്ധം വളരെ നേരം വായുവിൽപ്പരത്തുന്ന പൂക്കൾ വേറെയുണ്ടോ എന്ന സംശയത്തിലായി അവൾ.

പൂങ്കിളികൾക്കു പാടി രസിക്കാൻ, കാറ്റിന് ആലോലമാടാൻ, ശലഭങ്ങൾക്ക് തേൻ പകരാൻ, കണ്ണിന് ആനന്ദം പകരാൻ, എത്രയെത്ര പൂവുകൾ! എന്തെന്തു വിസ്മയങ്ങൾ?

പാടവരമ്പിലും വേലിപ്പടർപ്പിലും കാടായ കാട്ടിലുമെല്ലാം പൂക്കൾ തന്നെ.... പൂമണം പരത്തുന്ന കാറ്റിനും പൂത്തുമ്പികളുടെ മേളത്തിനും പൂവിളികൾക്കുമെല്ലാം പ്രകൃതി ഒരുക്കുന്ന ഈ ഉത്സവം നമുക്കും കണ്ണിനും കാതിനും ഇമ്പം തന്നെ! ഒരു മൂളിപ്പാട്ടുമായി അപ്പൂപ്പനെത്തി. അദ്ദേഹത്തിന് ഏറെ ഇഷ്ടപ്പെട്ട ലളിതഗാനം അതും പൂവിനെക്കുറിച്ചായിരുന്നു.

നാലുമണിപ്പൂവേ നാലുമണിപ്പൂവേ.. നാടുണർന്നു
മലർക്കാടുണർന്നു നീ ഉണരില്ലേ...

എല്ലാവരും ഈണമിട്ടു പാടി. പാട്ടു തീരുമ്പോൾ ചുറ്റിലും വിടർന്ന നാലുമണി നാണം വിട്ട് ചിരിയിൽ അമർന്നതും അവർ കണ്ടു!

പുഴ

പുഴ ഒഴുകുകയാണ്. ശ്രദ്ധയോടെ തീരങ്ങളിലെ പുൽച്ചെടികളോട് കുശലം പറഞ്ഞും വൃക്ഷവേരുകളെ തലോടിയും. തീരം ചേർന്ന് വിശ്രമിക്കുന്ന പൈക്കളോട് സല്ലപിച്ചും.

ഏറെ ദൂരം സഞ്ചരിച്ചെത്തിയ ക്ഷീണം പൂമരച്ചോട്ടിലെത്തിയപ്പോൾ മറന്നു. പൂക്കൾ ചൊരിച്ചാണ് മരം നദിയെ സ്വീകരിച്ചത്. മരത്തെച്ചുറ്റി വളഞ്ഞ് ആറൊഴുകി. തൊട്ടടുത്തു കണ്ട മരം സങ്കടത്തിലാണെന്നു പുഴയ്ക്ക് മനസ്സിലായി. ചില്ലകളിൽ മൊട്ടും പൂവുമെന്നല്ല ഇലകൾ പോലും കാണാനില്ല. പടർന്നു കിടന്ന വള്ളികളും കരിഞ്ഞുണങ്ങിയിരിക്കുന്നു.

അടർന്നുവീണ ഒരു പൂവിനോട് കുശലം പറഞ്ഞ് പുഴ ഒഴുകി. പൂവു പറഞ്ഞ കഥകളിൽ പൂക്കാലത്തിന്റെ നഷ്ടവും മണം നഷ്ടപ്പെട്ട മറ്റു പൂക്കളുടെ ദുഃഖവും ഉണ്ടായിരുന്നു. ഈയിടെയായി ഒഴുക്കിന് വേഗം കുറയുന്നതും പാറയിൽത്തട്ടുമ്പോൾ ചിതറിത്തെറിച്ചൊഴുകാനുള്ള കരുത്തു നഷ്ടപ്പെട്ടു നിലച്ചു പോകുന്നതും പുഴ ഓർത്തു!

പണ്ടത്തെ തിമിർപ്പിലും ആർത്തു ചിരിച്ച ബാല്യങ്ങളുടെ കൗശലങ്ങളിലും പാടത്തിന്റെ വരമ്പത്തെ പാട്ടുകളിലും ഓർമ്മകളെ ഒഴുക്കിവിട്ട് നദി നിശ്ചലയായി. ഒപ്പം ഒഴുകിയിരുന്ന പൂവും അപ്രത്യക്ഷമായി.

പുഴ പഴയ കാലം ഓർത്തെടുത്തു. കുറ്റിയറ്റുപോയ വൃക്ഷ മുത്തച്ഛന്മാർ, മുൾച്ചെടിപ്പടർപ്പുകൾ, സസ്യജാലങ്ങൾ എല്ലാം എണ്ണത്തിലും പുഷ്ടിയിലും കുറയുകയാണ്!

മഴയിൽ കുത്തിയൊഴുകുമ്പോൾ – വേനലിൽ മെലിയുമ്പോൾ പലവിധ ഭാവങ്ങളായിരുന്നു. പുഴയ്ക്ക്. ഇപ്പോൾ കര കവിയുക പോയിട്ട് നിറഞ്ഞൊഴുകുകപോലുമില്ല.

ചുഴിയിലകപ്പെട്ടു നട്ടം തിരിഞ്ഞ പൂവിനെ മുക്കിത്തിമിർത്ത പുഴ ഒന്നു മാടിവിളിക്കാൻപോലും ഒഴുക്കില്ലാതെ നിശ്ചലയായി! വൻമരത്തിന്റെ ചില്ല ഒടിഞ്ഞ് പുഴയിൽ വീണു. കുയിലും വണ്ടും തുമ്പിയും തിമിർത്ത വമ്പൻ മരത്തിൽ ഒരു തേനീച്ച പോലും വട്ടമിടാനില്ല. എല്ലാം പോയ് മറഞ്ഞു.

ഇതിലൊന്നും ശ്രദ്ധിക്കാതെ ഒരു ചൂണ്ടക്കാരൻ കല്ലിൽ കുന്തിച്ചിരുന്നു. അയാളുടെ ചൂണ്ടയിൽ കൊത്താൻ പാകത്തിന് ഒരു മീനും പുഴയിൽ ഇല്ലായിരുന്നു. വേനലിൽത്തിളച്ച ഒഴുക്കു നിലച്ച പുഴയിൽ പലപ്പോഴായി അവ ചത്തൊടുങ്ങി വംശനാശം വന്നുപോയിരുന്നു. പുഴയുടെ നെടുവീർപ്പെന്നപോലെ ഒരുഷ്ണ ക്കാറ്റ് അപ്പോൾ വീശിയടിച്ചു.

കാട്ടിലെപ്പാട്ട്

പണ്ട് കുയിൽ വലിയ പാട്ടുകാരൻ പക്ഷിയായിരുന്നില്ല; പെട്ടെന്ന് ഒരുവേള കൈവന്ന ഭാഗ്യവുമായിരുന്നില്ല ഈ കഴിവ്. ഒരിക്കൽ ഒരു വാനമ്പാടിയുടെ പാട്ട് കേൾക്കാൻ ഇടയായ കുയിലിന് ഇതുപോലെ പാടാൻ കഴിയണമെന്ന് ആഗ്രഹം വന്നു. എത്ര ശ്രമിച്ചിട്ടും തനിക്ക് ഇതിനാവില്ല എന്നു മനസ്സിലാക്കിയ കുയിൽ പക്ഷേ, പിന്തിരിയാൻ തയ്യാറായില്ല. ഒരു പൂക്കാലത്തിൽ പകൽ മുഴുവൻ കുയിൽ കൂകി നോക്കി. സമീപത്തുണ്ടായിരുന്ന എല്ലാ പക്ഷികളും ചില്ലകൾ ഉപേക്ഷിച്ച് പോയത് മിച്ചം! പ്രാർത്ഥിച്ചിരുന്ന കുയിൽ തന്റെ ആഗ്രഹവും ദുഃഖവും മനസ്സിൽ ഒതുക്കി. ചെറുപക്ഷിയായ വാനമ്പാടിയുടെ കഴിവൊന്നും തനിക്കില്ലല്ലോ എന്ന് ദുഃഖിക്കുകയും ചെയ്തു. ഒരു ദിവസം പക്ഷിരാജൻ പ്രത്യക്ഷപ്പെട്ടു. പാവം കുയിലിന്റെ സങ്കടം ക്ഷമയോടെ കേട്ടു.

പരാതിയും സങ്കടവും ശ്രദ്ധിച്ച പക്ഷിരാജൻ പറഞ്ഞു "നീ വാനമ്പാടിയുടെ ശിഷ്യനാവുക. അവൻ നിന്നെ നന്നായി പാടാൻ പഠിപ്പിക്കും." കുയിലിനു നാണക്കേടു തോന്നി; "കണ്ണിൽപ്പിടിക്കാനില്ലാത്ത ഇത്തിരിക്കുഞ്ഞന്റെ ശിഷ്യനാവുക" അതു തീരെ കുറഞ്ഞ പണി ആവില്ലേ? തന്റെ കഴുത്തിന്റെ

വലിപ്പംപോലുമില്ലാത്ത ആ കുഞ്ഞുപക്ഷിയോട് 'ശിഷ്യപ്പെടുകയോ? പക്ഷിവർഗ്ഗം അറിഞ്ഞാൽ ആക്ഷേപമാകില്ലേ?'

കുയിലിന്റെ അഭിപ്രായത്തിൽ കുറച്ച് അഹങ്കാരം ഉണ്ടെന്നു തോന്നിയ പക്ഷിശ്രേഷ്ഠൻ ചില സംഗതികൾ വിശദീകരിച്ചു. കാട്ടിലെ മുളന്തണ്ടിൽ സംഗീതം കേൾപ്പിക്കുന്നത് കാറ്റാണ്. പൂക്കളെയും ഇലയെയും നൃത്തം ചെയ്യിപ്പിക്കുന്നത് ചെറുകാറ്റാണ്. അതിലൊന്നും വലുപ്പച്ചെറുപ്പം ഇല്ല. ചെറുതിലും മികവുണ്ടെങ്കിൽ അത് അംഗീകരിക്കണം. കണ്ടെത്തി അഭിനന്ദിക്കണം.

എത്ര പറഞ്ഞിട്ടും കുയിൽ ഇഷ്ടക്കേട് ബോദ്ധ്യപ്പെടുത്തിക്കൊണ്ടേയിരുന്നു. അപ്പോൾത്തന്നെ കാറ്റിലൂടെ ഒരു കിളിപ്പാട്ട് ഒഴുകി വന്നു. പാട്ട് കുയിൽ ശ്രദ്ധിച്ചു. എങ്ങോ കേട്ട അതേ ഗാനം. അതുകേട്ട പക്ഷിരാജൻ പ്രത്യേക ഭാവം ഒന്നും പ്രകടിപ്പിച്ചില്ല. കേട്ടതായും ഭാവിച്ചില്ല. കുയിൽ ആ പാട്ടിൽ മുഴുകി.

പാട്ടിൽ നിന്നുണർത്തി പക്ഷിരാജൻ ചോദിച്ചു "നീ എന്തു തീരുമാനിച്ചു കുഞ്ഞേ?" കുയിലിന്റെ പാട്ടിലുള്ള കമ്പം എത്ര മാത്രമെന്ന് അപ്പോൾത്തന്നെ മനസ്സിലായി.

"ഇതുപോലെ പാടാനാണാഗ്രഹം" എന്ന് കുയിൽ പറഞ്ഞു. "ശരി ഈ പാട്ടിനിയും കേൾക്കാം. നീ ഇപ്പോൾ ഇതാവോളം ആസ്വദിച്ചുകൊള്ളുക." കാറ്റിന്റെ ഗതി അനുസരിച്ച് പാട്ടിന് തടസ്സം നേരിടുന്നതു പോലും കുയിൽ അറിഞ്ഞില്ല. നിലയ്ക്കാത്ത ആ ഗാനം മൂളിക്കൊണ്ടങ്ങനെ ഇരുന്നു.

ഇതിനുമുമ്പ് ഒരു പകൽ മുഴുവൻ മരച്ചില്ലയിൽ ഇരുന്ന് ദൂരെ കേട്ട ഗാനം അനുകരിക്കാൻ ഒരു ശ്രമം നടത്തിയിരുന്നു. തനിക്കതു കഴിഞ്ഞില്ല. ദുഃസഹമായ ആ പാട്ടുകേട്ട് ചുറ്റും കൂടിയ കിളികൾ കൂകിയാർത്ത് കൂട്ടമായ് പറന്നു പോകുകയായിരുന്നു! അടുത്തകാലത്തൊന്നുമവ ആ വഴി വന്നില്ല.

"തന്റെ പാട്ട് മനോഹരം" പക്ഷിരാജന്റെ ഈ നല്ല വാക്ക് കുയിലിനെ സന്തോഷിപ്പിച്ചു. ഒന്നുകൂടി നീ പാടു എന്നായി. കുയിൽ പാട്ടു തുടങ്ങി. പലപ്പോഴായി പറന്നെത്തിയ പക്ഷികളെക്കൊണ്ട് ചില്ലകൾ നിറഞ്ഞു. അവർ പാട്ടിന് താളം പിടിച്ച

തൊന്നും കുയിൽ അറിഞ്ഞില്ലെന്നുമാത്രം!

പാട്ട് തെല്ലൊന്നു നിർത്തിയപ്പോൾ ചിറകനക്കം കേട്ട കുയിൽ ശ്രദ്ധിച്ചു. പണ്ടു പറന്നുപോയ എല്ലാ പക്ഷികളും കൂട്ടുകാർക്കൊപ്പം എത്തിയിരിക്കുന്നു. ചിറകുയർത്തി അഭിനന്ദിക്കുന്നു. സന്തോഷം പ്രകടിപ്പിക്കുന്നു. പഴയ സംഭവം ഓർത്ത കുയിൽ തെല്ലിട നാണിച്ചുപോയി.

"കൂട്ടുകാരാ, എത്ര മനോഹരമായിരിക്കുന്നു നിന്റെ പാട്ട്"; "ചങ്ങാതീ, സമയം പോയത് അറിഞ്ഞതേയില്ല" "എവിടന്നു കിട്ടി ഈ സംഗീതമാധുരി?" ഇങ്ങനെ സംശയങ്ങളും പ്രശംസകളുമായി അവർ അഭിനന്ദനങ്ങൾ അറിയിച്ചു. പുകഴ്ത്തലുകൾ അവനെ അഹങ്കരിപ്പിച്ചില്ല!

തെല്ലുമാറി മരക്കൊമ്പിൽ ഒറ്റയ്ക്കിരിക്കുന്ന പക്ഷിരാജനെ അപ്പോഴാണ് മറ്റു പക്ഷികൾ കാണുന്നത്. കാരണം മറ്റൊന്നല്ല. സംഗീതത്തിൽ മതിമറന്നവൻ പരിസരംപോലും മറന്നുപോയിരുന്നു. പക്ഷിരാജൻ കിളിക്കൂട്ടത്തിലേക്ക് പറന്നിറങ്ങി. എല്ലാവരും ബഹുമാനവും അഭിനന്ദനവും അറിയിച്ചു. "ഇനി പാട്ടു പഠിക്കാനാഗ്രഹിക്കുന്നവർക്ക് കുയിലിനെ സമീപിക്കാം. വൈകാതെ ഇവന്റെ പാട്ടുകച്ചേരിയും ഇവിടെ ഇതേ സ്ഥലത്ത് നടക്കുന്നതായിരിക്കും." നല്ല ഗായകൻ, ലക്ഷണമൊത്ത പാട്ടുകാരൻ, ഒഴുകിയെത്തിയ പാട്ട് കേട്ടിരുന്നവർ അഭിപ്രായം ശരിവച്ചു. ദിവസംകൂടി അറിയിക്കണമെന്നായി പക്ഷികൾ "വരുന്ന പൂക്കാല മഹോത്സവത്തിന്" എന്ന അറിയിപ്പിൽ സന്തുഷ്ടരായെന്നാലും അത്രയും ദിവസം കാത്തിരിക്കുന്നതിൽ നിരാശ രേഖപ്പെടുത്തിയവരും ഉണ്ടായിരുന്നു!

"കൂട്ടുകാരേ, ഇപ്പോൾ ഇവിടെ ഒരു വിശിഷ്ട അതിഥി എത്തിച്ചേരും. നിങ്ങൾക്ക് ആ ശബ്ദം ഏറെ പരിചയമുള്ളതാണ്. ആ സ്വരം നിങ്ങൾ പലപ്പോഴായി കേട്ടിട്ടുള്ളതുമാണ്. കുയിലിനെ ചുരുങ്ങിയ ദിവസം കൊണ്ട് സംഗീത ലോകത്തെ അതുല്യ പ്രതിഭയാക്കിയ ഗുരു." എല്ലാവരും അതിശയിച്ചു നോക്കി. "വരൂ ഗുരുശ്രേഷ്ഠാ" പക്ഷിരാജൻ ക്ഷണിച്ചു.

ഒരു കുഞ്ഞുപക്ഷി ചില്ലവിട്ട് താഴെ പറന്നിറങ്ങി – രാജാ

വിന്റെ അടുത്തിരുന്നു! എല്ലാവരും അതിശയിച്ചു. "ഒരു കുഞ്ഞു വാനമ്പാടി" പക്ഷികൾ ചിറകുയർത്തി അഭിവാദ്യം ചെയ്തു!

കുയിലിന് നാണക്കേടും കുറ്റബോധവും തോന്നി. തനിക്കു കാണാൻ കഴിയാതിരുന്ന വാനമ്പാടിയെ, തന്റെ ഗുരുവിനെ തിരിച്ചറിഞ്ഞപ്പോൾ സന്തോഷം അലതല്ലി. താനൊരിക്കൽ നിരസിച്ച അതേ പക്ഷിയെ തന്റെ ഗുരുവാക്കുകയും തന്നെ മെച്ചപ്പെട്ട ഗായകനായി വളർത്തുകയും ചെയ്ത പക്ഷിരാജന് സ്തുതി അറിയിച്ചു.

സ്വപ്നത്തിൽപ്പോലും കണ്ടിട്ടില്ലാത്ത ഗുരുവിനെക്കണ്ടതിൽ അന്ധാളിച്ചു! സ്തുതിയും നന്ദിയും അറിയിച്ചു.

"വലിപ്പവും പ്രതാപവുമല്ല കലയിലെ മികവ് കഴിവു മാത്രമാണ്. വാനമ്പാടിക്ക്. അതാവോളമുണ്ട്." പക്ഷിരാജൻ ഓർമ്മിപ്പിച്ചു. ഇപ്പോൾ നമ്മുടെ കുയിലിനും ഈ കഴിവുകൾ കൈവന്നിരിക്കുന്നു. ഇനി ആവശ്യക്കാർക്ക് അവൻ സംഗീതം പകർന്നു തരും. തലമുറകളെ പഠിപ്പിച്ച് കാടിനെ പാടി ഉണർത്തുക.

ഒടുവിൽ കുയിൽ തന്റെ സംഗീതം കൊണ്ട് കാടും നാടും സംഗീതസാന്ദ്രമാക്കി. അപൂർവ്വമായെത്തിയ ആ ഗാനസന്ധ്യ രാവേറെ നീണ്ടു.

അമ്മയെത്തേടി

ഇളംപക്ഷി അവന് പരിചയമുണ്ടായിരുന്ന കൂട്ടിൽ നിന്നിറങ്ങുകയായിരുന്നു. അതുവരെ ഒരു ചെറിയ ലോകമായിരുന്നു അവന്റേത്. അമ്മക്കിളിയുടെ ചൂടും ചൂരും, ക്രമം തെറ്റാത്ത ഭക്ഷണം, കിളിയച്ഛന്റെ കാവലും കരുതലും അങ്ങനെ അങ്ങനെ ഒരു ലോകം!

പറന്നിറങ്ങിയത് ജീവിതത്തിന്റെ ആകാശ നീലിമയിലേക്ക്. പാറിപ്പറക്കുന്ന പൂത്തുമ്പികളായിരുന്നു ചുറ്റും; അവർ വളരെപ്പെട്ടെന്ന് കൂട്ടുകാരായി. അമ്മ കൂട്ടിൽ കൊണ്ടു കൊടുത്ത ഏതോ ജീവിയുടെ മണവും രുചിയും പക്ഷിക്കുഞ്ഞിന് അനുഭവപ്പെട്ടു. ഒന്നുമാലോചിച്ചില്ല അതിലൊന്നിനെ കൊത്തിവിഴുങ്ങി. പക്ഷികൾ അവർക്കു വേണ്ടത് അപ്പപ്പോൾ കണ്ടെത്തിക്കൊള്ളണമെന്ന അമ്മമൊഴിയായിരുന്നു അവന് പിൻബലം!

കണ്ണടച്ചു തുറക്കുമ്പോൾ കൂടെയെത്തിയ ഒറ്റത്തുമ്പികളെ അവനു കാണാനായില്ല. മാത്രമല്ല, തന്നെ നോട്ടമിട്ടിരിക്കുന്ന ഒരു വലിയ പക്ഷിയെയാണ് കണ്ടതും! പേടിച്ചുവിറച്ച അവൻ

അപരിചിതമായ പരിസരത്തെ ഭയന്നു! വെളിച്ചമുണ്ടായിരുന്നെങ്കിലും ഇരുൾ പരക്കുന്നതായി തോന്നി. ഇതുവരെ പരിചയമുണ്ടായിരുന്ന കൂടും ചുറ്റുപാടുമല്ല താൻ അകപ്പെട്ട ഇടമെന്ന് കുഞ്ഞുപക്ഷി തിരിച്ചറിഞ്ഞു.

ഇളംകാറ്റടിച്ചു. മരങ്ങളിൽ ഇലയും പൂവും കൊഴിഞ്ഞു; ഇലയ്ക്കടിയിൽ പതുങ്ങിയിരുന്നു രക്ഷപ്പെടാൻ ഉപായം തേടി. എത്രനേരം ഇരുന്നെന്നോർമ്മയില്ല. ചെറുപക്ഷി പുറത്തേക്കു നോക്കി.

ആ വലിയ പക്ഷി കണ്ണടച്ചിരിപ്പാണ്. തന്നെയല്ല നോട്ടമിടുന്നതെന്ന് പക്ഷിക്കുഞ്ഞിനു തോന്നി! അവൻ ഒച്ച വച്ചില്ല, ചിറകനക്കിയില്ല; രാവിലെ ആകെ കിട്ടിയത് ഒരു പൂത്തുമ്പിയെ മാത്രമായിരുന്നു! വിശപ്പും സഹിക്കാനായില്ല.

തടിയൻ പക്ഷി മരക്കൊമ്പു കുലുക്കി ഇപ്പോൾ അടർന്നു വീഴുമെന്ന് തോന്നിക്കുമാറ് താനിരിക്കുന്ന ശിഖരത്തിൽ പറന്നിരിക്കുന്നത് ചെറുപക്ഷി അറിഞ്ഞു. കാണാതായതിനാൽ അപകടം എന്താണെന്നും അവനു മനസ്സിലായില്ല. ഇരയാകുന്നതും ഒഴിവാക്കപ്പെടുന്നതും എന്തെന്നൊന്നും ആ പക്ഷിക്ക് അറിയാമായിരുന്നില്ല.

അമ്മ അന്നവുമായി വരുന്ന സമയം. ഇനി പ്രതീക്ഷയ്ക്കു വകയില്ല. വഴിയും നല്ല നിശ്ചയമില്ല. അവൻ മെല്ലെ ചിറകനക്കി! ചില്ല ഇപ്പോൾ ഒന്നു കുലുങ്ങി. തടിയൻ പക്ഷി ഒന്നമർന്നിരുന്നു. ഒന്നുമറിയാതെ കുഞ്ഞുപക്ഷി അതിന്റെ അടുക്കലേക്ക് തത്തിച്ചാടി. തടിയൻ അത്ഭുതപ്പെട്ടു. ഈ കുഞ്ഞുപക്ഷി എന്നെ ഗൗനിക്കുന്നില്ല. ഞാൻ ആരെന്നാണിവൻ കരുതുന്നത്. വായ തുറന്നൊന്നു ശ്വാസം മേലോട്ട് വലിച്ചാൽ മതി ഇവൻ വായിൽക്കയറിപ്പോകും. അത്രക്കേയുള്ളൂ!

ഭീമൻപക്ഷി തുറിച്ചുനോക്കി. കുഞ്ഞന് ഒരു കൂസലുമില്ല.

അവനു ഭയമെന്തെന്ന് അറിഞ്ഞുകൂടല്ലോ. ആ ഇരിപ്പിലിരുന്നു! പതിഞ്ഞ സ്വരത്തിൽ ചുണ്ടനക്കി. 'മുത്തച്ഛാ' എന്ന വിളിക്കു ന്നുവെന്ന് തടിയൻ പക്ഷിക്ക് തോന്നി. അവന്റെ ഗൗരവം ആവി യായി! ഒന്നും മിണ്ടാതിരിക്കാൻ നോക്കിയെങ്കിലും അടുത്ത നിമിഷം മനസ്സലിഞ്ഞു!

"എന്തുപറ്റി കുഞ്ഞേ? നീ ഒറ്റയ്ക്കിവിടെ എന്തു ചെയ്യുന്നു. എന്തെങ്കിലും ഇര കിട്ടിയോ, വിശപ്പില്ലേ?" ചോദ്യങ്ങൾ എല്ലാം മനസ്സിലായില്ലെങ്കിലും വിശപ്പും മറ്റും മനസ്സിലായി. അവൻ തലകുലുക്കി വിശപ്പുണ്ടെന്നറിയിച്ചു. അടുത്ത മരത്തിന്റെ ശിഖ രത്തിൽ നിന്ന് ഞാവൽപ്പഴം കൊണ്ടുവന്നു കൊടുത്തു. അവൻ സന്തോഷത്തോടെ ചുണ്ടു വിടർത്തി. പല കഷണങ്ങളാക്കി ചുണ്ടിൽ ചേർത്തുവച്ചു കൊടുത്തു തടിയൻ പക്ഷി.

തനിക്കു നഷ്ടപ്പെട്ടുപോയ കുഞ്ഞിനെ അവൻ മനസ്സിൽ കണ്ടു. അതിനോടുള്ള സ്നേഹം ഇരട്ടിച്ചു. പിന്നീട് ചുമലിലേ റ്റിയിരുത്തി കാടാകെ പാറിനടന്നു. വിമാനത്തിന്റെ ചിറകു പോലെ വിടർന്ന വലിയ ചിറകിൽ കുഞ്ഞുപക്ഷി പറ്റിപ്പിടിച്ചി രുന്നു. അന്തിയാവോളം കാടു ചുറ്റിക്കറങ്ങി. ഒടുവിൽ തന്റെ കൂട്ടിൽ കൊണ്ടെത്തിച്ചു. തടിയൻ പക്ഷിയെക്കണ്ട അമ്മക്കിളി പേടിച്ചു വിറച്ചു. തന്റെ കൂടും ശേഷിക്കുന്ന കുഞ്ഞുങ്ങളും ഇവന് ഇരയായതു തന്നെ!

"അമ്മേ" എന്ന വിളികേട്ട് കിളിയമ്മ സന്തോഷിച്ചു. ആ വിളി തടിയൻ പക്ഷിയുടേതായിരുന്നു! "ദാ നിങ്ങളുടെ കുഞ്ഞിനെ തിരികെ കൊണ്ടുവന്നിരിക്കുന്നു. വിശപ്പും ദാഹവും അവനില്ല. ക്ഷീണവുമില്ല. എന്റെ ചുമലിലായിരുന്നു സഞ്ചാ രം. അവനെ എനിക്കു തന്നാൽ ഉപകാരമായിരിക്കും. പൊന്നു പോലെ ഞാൻ കാത്തുകൊള്ളാം." കിളിയമ്മ അതിശയിച്ചു. സന്തോഷം പങ്കുവച്ചു. ഇന്നിവിടെ തങ്ങുക. രാവിലെ ഇവ

നെയും കൊണ്ടു പുറപ്പെടാം. തടിയൻ പക്ഷി സന്തോഷിച്ചു. തൊട്ടടുത്ത മരച്ചില്ലയിൽ ചേക്കേറി. പ്രഭാതത്തിൽ തടിയന്റെ ചിറകേറാൻ മൂന്നുപേരുണ്ടായിരുന്നു. മൂന്നു കുഞ്ഞുപക്ഷികൾ. അവർ നാൽവരുമായി സഞ്ചാരം തുടർന്നു... പിന്നീട് പക്ഷിയമ്മയെ അവർ അന്വേഷിച്ചു വന്നില്ല.... തനിക്കു പറ്റിയത് അബദ്ധമെന്നോർത്ത് ആ അമ്മ ദിനങ്ങൾ തള്ളി നീക്കി. കാലാന്തരത്തിൽ കഥയാകെ മാറി. ആ കുഞ്ഞുപക്ഷികൾ മടങ്ങി വരിക തന്നെ ചെയ്തു. പക്ഷേ, അവിടെ കിളിയോ കൂടോ അവശേഷിച്ചിരുന്നില്ല. ആ അമ്മയെ അന്വേഷിച്ച് നാൽവർ സംഘം വിശ്രമമില്ലാതെ കാടാകെ പറന്നലഞ്ഞുകൊണ്ടേയിരുന്നു.

മേനിപറച്ചിൽ

പച്ചക്കറിക്കടയിൽ നിന്ന് സദ്യക്കായി വാങ്ങി വന്ന വിഭവങ്ങൾ ഒന്നും രണ്ടും പറഞ്ഞ് കശപിശയായി, ശണ്ഠയായി. പാചകക്കാരൻ കോമപ്പൻ ചേട്ടൻ അവരുടെ വഴക്ക് ശ്രദ്ധിച്ചു. ചെറുപ്രായത്തിലേ തുടങ്ങിയതാണ് പാചകവിദ്യ. അതുകൊണ്ട് പച്ചക്കറികളുടെ ഭാഷ ചേട്ടായിക്ക് നല്ല വശമാണ്.

മത്തങ്ങയോടായി ഇളവൻ പറയുകയാണ്. "നിന്റെ ഹുങ്ക് മനസ്സിൽ വച്ചാൽ മതി കേമനെന്ന വിചാരം നിനക്കു പണ്ടേയുണ്ട്. വലിയവനാണ്. പറയാറില്ലേ. 'മത്തങ്ങത്തലയൻ' എന്നൊക്കെ. അല്ലാതാരാണ് നിന്നെ പുകഴ്ത്തി നല്ല വാക്കു പറഞ്ഞിട്ടുള്ളത്."

കേട്ടിരുന്ന പടവലം മൂലയിൽ ചാരിയിരുന്നു പറഞ്ഞു, "പൊക്കത്തിലെന്നെ വെല്ലാൻ വേറെ വല്ലവരും ജനിക്കണം. ദാ നോക്ക്." കേട്ടിരുന്ന വഴുതന വട്ടിയിലിരുന്നു മൊഴിഞ്ഞു "വമ്പു പറച്ചിൽ പൊല്ലാപ്പാവും. വെറുതെ ഇരുന്നുകൂടേ. ഏറെ ദൂരം സഞ്ചരിച്ചു വന്നവരല്ലേ നമ്മൾ?"

പാവയ്ക്ക തെല്ലു ഗമയിൽ പറഞ്ഞു. "ഇപ്പറഞ്ഞവരെ എല്ലാവരേയുംകാൾ ഔഷധ വീര്യമുള്ള എനിക്ക് ഗെറ്റപ്പൊന്ന് വേറെയാണ്. ഇത്രയും സുന്ദരൻ ഇതിലാര്." വെള്ളരി മറ്റൊരഭിപ്രായം

പറഞ്ഞു: “ദേ, ദാഹത്തിനും വിശപ്പിനും ഒരു കഷണം അകത്തു ചെന്നാൽ മതി. ഒന്നു നിവർന്നു നടക്കാൻ ഞാൻ എല്ലാവരെയും സഹായിക്കും.”

വലിയ കുട്ടയുടെ അടിയിൽനിന്ന് ഒരു കുഞ്ഞുമൊഴി “ചേട്ട ന്മാരേ എന്റെ ദേഹകാന്തി കണ്ടോ? ഈ ചന്തം നിങ്ങളിൽ ആർക്കാണുള്ളത്. അഹങ്കരിക്കുന്നുവെങ്കിൽ എനിക്ക് ചെറിയ തോതിലാവാം!”

അല്പംകൂടി കടുപ്പിച്ച് ഒരുരുളൻ ശബ്ദിച്ചു. “ഞാൻ ബീറ്റ് റൂട്ട്, ചെത്തിമിനുക്കിയെടുത്താലേ മരതകം പോലെ മിന്നും അകം ചെമ്പട്ടാണ്.”

മദ്ധ്യസ്ഥനായി ഒരാളുമില്ല. സാന്ത്വനിപ്പിക്കാനുമാരുമില്ല. തർക്കം അനുനിമിഷം മുറുകി. ഒരു കോലൻ നടന്നടുത്തു. “ഞാനിതു കുറേ നേരമായി ശ്രദ്ധിക്കുന്നു. ഏറ്റവും കൂടുതൽ കറികളിൽ ഒരേ സമയം ഞാൻ സാന്നിദ്ധ്യമറിയിക്കും. ഔഷധ വീര്യം എനിക്കാണ് ഏറ്റവും കൂടുതൽ.” അതു മുരിങ്ങക്കായ ആയിരുന്നു.

പറഞ്ഞുതീരുംമുമ്പ് തന്നെ ചേട്ടന്റെ സംഘാംഗങ്ങൾ അവയെ പല കറികളിലേക്ക് കഷണങ്ങളാക്കി മാറ്റുകയായി രുന്നു. അതാരും ശ്രദ്ധിച്ചില്ല. പൊങ്ങച്ചത്തിൽ മാത്രം മുഴുകി.

ഉരുണ്ടുരുണ്ടു വന്ന കടുകും ചുവന്ന മുളകും സന്തോഷ ത്തോടെ തമ്മിൽ എന്തോ പറഞ്ഞു ചിരിച്ചു. പാചകക്കാരൻ കോമപ്പൻ ചേട്ടൻ ഉരുളി അടുപ്പത്തുവച്ചു. കുറച്ചു വെളിച്ചെണ്ണ യൊഴിച്ച് തിളപ്പിച്ചു. എല്ലാംകൂടി ആ വലിയ ഉരുളിയിൽ വാടി ക്കുഴഞ്ഞു.

പാവം മേനിപറഞ്ഞിരുന്നവർ ഒരേ ഒച്ചയിൽ ‘ശ്ശീ ശബ്ദ ത്തോടെ’ ഞരങ്ങി. പിന്നീട് ശബ്ദം ഒന്നും പുറത്തുവന്നില്ല. പാണ്ടൻ ചട്ടുകം പല പ്രാവശ്യമായി അതിനെയെല്ലാം ഇളക്കി മറിച്ചു. മേനിപറച്ചിലും കേമത്തം വാഴ്ത്തലും നിമിഷനേരം കൊണ്ട് നില്ക്കുമെന്നവർ അപ്പോൾ അറിഞ്ഞോ ആവോ....

കലി

അപ്പൂപ്പനും അമ്മൂമ്മയും വലിയ കൂട്ടുകാരാണ്. എഴുപതാണ്ടോളം നീണ്ട ചങ്ങാത്തം. മക്കളെല്ലാം പല വഴിക്കായല്ലോ. നമ്മൾ മാത്രമല്ലേയുള്ളൂ എന്ന് അമ്മൂമ്മ ആവലാതിപ്പെട്ടപ്പോൾ "പണ്ടൊക്കെ നമ്മൾ ഇങ്ങനെ ആയിരുന്നില്ലേ" എന്നു ദുഃഖം കലർന്നതെങ്കിലും പുറത്തു കാണിക്കാതെ അപ്പൂപ്പൻ പറഞ്ഞു നിർത്തി.

ഇടയ്ക്കു ദേഷ്യപ്പെടും പൊട്ടിച്ചിരിക്കും. പരസ്പരം തട്ടിക്കയറും. ഒപ്പം 'തൊണ്ണൂറിന്റെ പിറുപിറുപ്പെന്ന്' പരസ്പരം പറയും. കൂട്ടാവും!

സംസാരിച്ചിരിക്കെ ഒരു ദിവസം പെട്ടെന്ന് അപ്പൂപ്പൻ പറഞ്ഞു. "എനിക്ക് കലി വരും!" "കലിയോ" അതെന്തെന്നായി അമ്മൂമ്മ. "കലപില ഇങ്ങനെ പലതു പറഞ്ഞാൽ കലിവരും അത്ര തന്നെ" എന്ന് അപ്പൂപ്പൻ.

മുത്തശ്ശി അല്പം ചൂടിൽ പറഞ്ഞു: "ദേ ചറപറയിങ്ങനെ ചാടിക്കേറ്യാൽ' കലി കാലീന്നു വരും കേട്ടോ. മൂക്കിന്റെ തുമ്പത്താണ് എനിക്കു കോപം. പറഞ്ഞേക്കാം. നോക്കീം കണ്ടും ആയിക്കോളണം."

ഉള്ളാലെ ചിരിച്ച് ദേഷ്യം ഭാവിച്ച് അപ്പൂപ്പൻ പറഞ്ഞു

തുടങ്ങി: "മൂക്കു വിറക്കണ് മേനി വിറക്കണ്. കോപം വരുന്നത് കണ്ടോ ദാ നോക്ക്." മുത്തശ്ശിക്കു ചിരിയേ വന്നുള്ളൂ. അപ്പൂപ്പ നാവട്ടെ കോപം അലിഞ്ഞതുമില്ല.

"മൂപ്പീന്നേ വാ ചായ കുടിക്കാം. നല്ല കടുപ്പത്തിനൊരു ചായ. കലിയെല്ലാം അപ്പടി പമ്പ കടക്കും തീർച്ച!" ഇരുവരും തെല്ലിട മിണ്ടാതിരുന്നു. ഒളികണ്ണിട്ടു നോക്കി ഭാവം വിലയിരുത്തി.

അപ്പൂപ്പൻ പിറുപിറുത്തു;

"കാലുപെരുക്കണ്, വയറു പയിക്കണ്. ഇത്തിരി എന്തെങ്കിലും കിട്ടിയേ പറ്റൂ."

തിന്നു കഴിഞ്ഞാൽ ദേഷ്യം കൂടും 'തിന്നാതിങ്ങനിരുന്നോളീൻ' എന്നായി അമ്മൂമ്മ. രണ്ടുപേരും അയഞ്ഞു. കൗതുകത്തോടെ പരസ്പരം നോക്കി. വളർത്തു പൂച്ച ഇതെല്ലാം കണ്ടും കേട്ടും ഇരുവർക്കും മദ്ധ്യേയിരിപ്പുറപ്പിച്ചു.

കലിയതുപോയി, പുലി പൂച്ചയുമായ്. രണ്ടുപേരും വലിയ കൂട്ടുകാരായി. ചായ കുടിച്ചു, വെറ്റില മുറുക്കി, ഉമ്മറത്തിരുന്ന പല്ലാങ്കുഴിപ്പലകയെടുത്ത് വൈകുന്നേരത്തെ പതിവു വിനോദത്തിൽ മുഴുകി. പല്ലാങ്കുഴിപ്പലകയിൽ മഞ്ചാടിമണികൾ നിരത്തുമ്പോൾ പൂച്ച മ്യാവൂന്ന് മൂളി. രണ്ടുപേരും ഒരേസമയം അവനെ തലോടി.... പല്ലാങ്കുഴിപ്പലകയിൽ മഞ്ചാടി മണികൾക്കൊപ്പം ഉള്ളിൽ സ്നേഹം പൊലിച്ചു!

www.ingramcontent.com/pod-product-compliance
Lightning Source LLC
LaVergne TN
LVHW060124051026
849517LV00007B/2391